அந்த கல்லூரி நாட்கள்

– அருணா தனசேகர்

யாப்பு பப்ளிகேஷன்

அந்த கல்லூரி நாட்கள்

இன்பமும் துன்பமும் பகிர்ந்து கொள்ள யாரும் இல்லை என்று இருந்த காலத்தில்
அவற்றை மட்டுமல்ல தனது வல்கையையே பங்கு போட வந்த ஒரு உறவு
கிடைத்தது இந்த கல்லூரி காலத்தில் தான் .தனக்கு என்று பாராமல் தங்களுக்கு
என்று எண்ணிய காலம் எல்லாம் கடுகளவு நினைவுக்கு வந்தாலும் திகட்ட திகட்ட
இனிக்கும் பொன்னான காலம் .வாழ்க்கை என்பதை உணரவைத்த உன்னத
காலம் .அந்த கல்லூரி நாட்களில் அனுபவித்த அனுபவத்தை இன்று கவலையோடு
இயற்றிய உன்னத படைப்பு.சுவையும் அனுபவமும் கலந்த தொகுப்பு இந்நூல்.
வாழ்க்கை என்னும் போர்களத்தில் வெற்றியை அடைய கடைசி முயற்சி இந்த
கல்லூரி நாட்கள் அதனை அனைவரும் அனுபவிக்கவே இந்த படைப்பு.

இவர் பெயர் அருணா. .இவர் தனது எண்ணத்தை கவிதையாக கூறுபவர்.
இவர் ஈரோடு மாவட்டதில் உள்ள கள்ளியம்புதூர் என்ற கிராமத்தில்
பிறந்தவர்.இவர் இளங்கலை வணிகவியல் படித்து வருகின்றார்.இவர் தொகுத்து
வழங்கிய புத்தகமே இந்த புத்தகம் .இவர் அண்ணாவின் மகளாக வளர்ந்து
வருகிறார்.இவர் இருபதிற்கும் மேற்பட்ட புத்தகங்களுக்கு துணை ஆசிரியராக
இருந்துள்ளார். இவர் தன் கனவுகளை நினைவாக்க ஓடிக்கொண்டே இருப்பவர்.
வாழும் காலம் முழுவதும் அண்ணன் மகளாக வாழ வேண்டும் என்ற கர்வம் கொண்டவர்.

யார் என்று தெரியவில்லை
இருவரும் இதுவரை சந்தித்ததில்லை
ஆனால் அவளை காணும் போது
ஏதோ ஒரு உணர்வு
அப்பொழுதே நன்றி சொன்னேன்
அந்த கடவுளுக்கு
விருப்பம் இல்லாமல் நுழைந்த
கல்லூரி வாழ்க்கையில்
என் விருப்பமே அவளாக மாறியதால்
நானும் மாறினேன் அவளுக்காக
காதலித்தோம் இருவரும்
காதலை கூறாமலே
அவள் காதலுக்காக காத்திருக்கிறேன்
இன்றுவரை
அவள் காதலுக்காக!

- அருணா தனசேகர்

இணை எழுத்தாளர்கள்
கவிதைகள்

1. இரா. அன்பரசன்
2. இளையகவி த. மணிகண்டன்
3. உடுமலை பார்த்திபன்
4. க. கலையரசி
5. கவிஞர் சே. கார்த்தி ஈரோடு மாவட்டம்
6. து. கவிநிலவு
7. கள்ளியின் கிறுக்கல் நர்மதா
8. ஏ. கிருபாகணேஷ்
9. க. சகரியா
10. த. சிந்துகவி
11. செளபர்ணியா
12. சோ. சுகிஷர்மி
13. தமிழணங்கன் மு. மகாலிங்கம்
14. ர. தமிழ்
15. தர்ஷினி
16. ரா. தாரணி
17. தாமோதரன்
18. திருமுருகன். பொ
19. தமிழினி மாலதி
20. தேடல்மணி
21. நந்தினி
22. கவிஞர் பாரதி பாஸ்கி
23. பா. பிரியன்பாபு
24. கோ. பிரியா
25. பிரமு அம்மாள். ச
26. மு. பிராபாகரன்
27. புவனேஸ்வரி. ஆ
28. பூவை செல்வா
29. பூமிகா. ப

30. மஞ்சு. கி
31. மானம்_உள்ள_மாணவன்
32. மாதவன் கவிச்சிதறல்
33.ரஞ்சனி பழனிசாமி
34.ரேவதி பால்மாணிக்கம்
35.ரூபிணி சோமசுந்தரம்
36.பி.மா.வேதா.
37.ஜெயஸ்ரீ சுபசுப்ரமணியன்
38.ஜோதி சரண்
39.ஹர்சவர்தினி துரைசாமி
40.ம.ஹரிசங்கர்
41.Dr.R.Abilasha
42.Abinesh V
43.Ambedkar k
44.Aravindan.M
45.Breshma Murugan
46.Chellaperumal R
47.Elakiya Elango
48.K. Eswari
49.Gayathri Devi C
50.Geetha raj
51.Goushika Thirumoorthi A T
52.P.Jeyamalini
53.K Kameshwaran
54.Karpagavalli k
55.P.Kasi subhashini
56.Kavinkumar T
57.S.R. Kavi kutty
58.Ms. Kiruthika Muthusamy
59.N.Kishore Rajan
60.S.Kowsalya

61.Madhumitha Rajmanogar

62.Maithili Shanmugasundaram

63.Malli

64.Mathesh

65.M.Mohamed Umair

66.Monika.M

67.Murugan S

68.Poonthamil prabu s

69.A.Poornima

70.K.Praveenkumar

71.M.Priya

72.K.S.Ramakrishnan

73.Ramiya.H

74.Ram Prakash D

75.Saritha A

76.Sharmin Stuvert.M.S

77.E. Sivappriya

78.Tharani.M

79.Thamilarasi.V

80.Venkatraman

சிறுகதைகள்

1. Dharinil P

2.Pooja Govindharajan

3.Yuvashree Chinnaraj

துணைபாட நூல்

ஆயிரம் பொற்காசுகள் கொடுத்தாலும்
அந்த கல்லூரி நாட்களுக்கு ஈடாகாது
சாதி மதம் காணவில்லை
நிறகொள்கை பார்க்க வில்லை
இனவெறி தோன்றியதில்லை
அன்று கற்றுகொடுத்த பாடங்களே
இன்று கற்றுகொடுக்கும் பாடமாகிறது
சிறிதளவும் பணமில்லை
ஆனால் மகிழ்ச்சிக்கும் குறைவில்லை
எள்ளளவும் அழகில்லை ஆனால்
இன்றளவும் நண்பர்கள் குறையவில்லை
காலம் கடந்து போனாலும்
ஏதோ ஒரு ஈர்ப்பு இன்னும்
இருந்து கொண்டு தான் இருக்கிறது
கல்லூரியை நினைக்கையிலும்
நினைவை சுவைக்கையிலும்
அழகான ஒரு துணைபாட நூல்.

இரா.அன்பரசன்

மீண்டும் வருமா

யாரென்று தெரியாமல்
சந்தித்த நாள் முதல்!
இறுதி ஆண்டு முடியும் வரையிலும்!!
நாம் இணைந்திருந்தது;
தாயின் மார்பு காம்பை
பற்றிய யாதும் அறியா!!
மழலை நிலையில் தான்:
நாம் பிரியும் தருணம் வரை;
நம்மைப்போல் யாரும் இல்லை!!
கல்லூரி வகுப்புகள் என்றுமே
நம்மை வருத்தியதில்லை!!!
மாறாக வகுப்புக்கு நாம் தான்
சரிவர சென்றதில்லை!!!
திரைப்படங்கள் தோற்றுப்போகும் அரட்டைகள்;
தினந்தோறும் நாம் செய்த சேட்டைகள்
திங்கள் முதல் வெள்ளி வரை
மகிழ்ந்திருந்த நாட்கள்;
காசில்லாமல் கடைவீதி சுற்றிய விடுமுறை பொழுதுகள்;
தேர்வு என்று தெரிந்தும்;
இரவு முழுவதும் நிகழ்ந்த உரையாடல்கள்;
விடிந்தது தெரியாமல் உறங்கி கிடந்த விடுதி அறைகள்;
பசிக்கு வயிற்றை நிரப்பிய விடுதி உணவுகள்;
நமக்கென்றே திருமணம் செய்து
பிரியாணி போடும் நகர மண்டபங்கள்;

எனது துக்கங்களை
நீங்களும் பகிர்ந்து கொண்ட நிறைய நாட்கள்!!!
இது அத்துணையும் எண்ணி!
இன்றும் உங்களை நினைத்து தேடுகிறேன்:
"அந்த கல்லூரி நாட்களை"
கிடைத்துவிடும் என்ற
நம்பிக்கையில்..........

இளையகவி த. மணிகண்டன்

எங்களின் ஏமாந்த காலம்

எங்களை ஏமாற்றிவிட்டுச் சென்றுவிடும்
கடைசி நேரப் பேருந்து
எங்களை ஏமாற்றிவிட்டுத் தொடங்கிவிடும்
முதல் மணிநேர வகுப்புகள்
எங்களை ஏமாற்றிவிட்டு முடிந்துவிடும்
கலப்படம் இல்லாத கேன்டீன்
சுடுதண்ணீர் எங்களை ஏமாற்றிவிட்டு
விடிந்துவிடும் கடலைக் குவியல்
இரவுகள் எங்களை ஏமாற்றிவிட்டு
யாரோடோ சென்றுவிடும் லைப்ரெரி புத்தகங்கள்
எங்களை ஏமாற்றிவிட்டு யாரயோ
சுமக்கும் பூங்கா ஸ்டோன்பென்ச்சுகள்
எங்களை ஏமாற்றிவிட்டு யாருக்கோ
கிடைக்கும் ஓய்ஃபை கனெக்சன்கள்
எங்களை ஏமாற்றுவதற்காகவே பெய்து நிற்கும்
காலை நேரத்து மழை
எங்களை ஏமாற்றுவதற்காகவே போடப்படும்
காதலர்களின் சண்டைகள்
எங்களை ஏமாற்றுவதற்காகவே முந்திக்கொண்டு வரும்
முன்னாள் மாணவர்கள்
எங்களை ஏமாற்றுவதற்காகவே
தேர்தலில் ஜெய்க்கும் சேர்மென்கள்
எங்களை ஏமாற்றுவதற்காகவே அழைக்கப்படும்
ஓய்வா எக்ஸ்ட்டனல்கள்

எங்களை ஏமாற்றுவதற்காகவே
வெளியாகும் தேர்வு முடிவுகள்
எங்களை ஏமாற்றுவதற்காகவே
இன்ட்டர்வியு நடத்தும் கம்பெனிகள்
கொஞ்சம் ஏமாந்து தான் போனோம்
எங்களின் விருப்பப்படி!

- உடுமலை பார்த்திபன்...

குறும்புகள்

தோழிகளுடன் நடந்து சென்ற மாலை
அதில் தேய்ந்த கல்லூரி சாலை
தேர்வை தவிர்க்க சேர்த்து வைத்த பொய்கள்
செலவு வந்துட்டா தோழிகளின் பைகள்
எவ்வளவு கிறுக்கினாலும் தாங்கி கொண்ட மேசைகள்
கை அசைவுக்கு ஏற்ப கொடுத்த ஓசைகள்
தேர்வு அறையில் வார்த்தைகளை
தேடி தேடி தேய்ந்து போன பேனா முனைகள்
காய்ந்து போன பேனா மைகள்
நாம் மீண்டும் சந்திக்கும் நாட்களை எண்ணி
உள்ளம் ஏங்குகிறதே ..
நாம் சந்திப்போம் என்று இன்னமும் நம்புகிறது
நாம் வாழ்ந்த கல்லூரி ..

-கலையரசி

கல்லூரி நினைவு

வேதனையோடு தனிமையில்
அரட்டை அடித்து சிரித்த நாட்கள்
வகுப்பறையை புறக்கணித்து
அமர்ந்து பேசிய மரநிழல்கள்
நண்பர்களுடன் சுற்றி திரிந்த

விளையாட்டு மைதானங்கள்
அம்மாவின் அன்பை
மீண்டும் உணரவைத்த நண்பர்கள்
சிறு சிறு சண்டைக்குப்பின்பு சமாதானங்கள் ..
பெயர்கள் காலத்திற்கும் நீங்காத
நினைவுகளாக கல்லூரி மரங்களில்
பொறிக்கப்பட்ட தருணங்கள்
மகிழ்ச்சியில் நண்பர்களோடு
கூட்டமாக ஓடித்திரிந்த
அந்த கல்லூரி நாட்கள்
இன்றோ வேதனையோடு தனிமையில் ..

-கலையரசி

கல்லூரி தந்த ஒன்று

பிறந்த இடம் ஒன்று
வளர்ந்த இடம் ஒன்று
எங்கோ இருக்கும் எங்களை
இணைத்த இடம் ஒன்று
மலர் உண்டு மலர்களுக்கு இடையே
மலர்ந்த நட்பு ஒன்று
உண்ணும் உணவு ஒன்று
பகிர்ந்து கொள்ள பலர் உண்டு
இன்பங்களை தந்த ஒன்று
அவையாவும் துன்பங்களை போக்கியது உண்டு
கண்டெடுத்த காதல் ஒன்று
கண்டெடுக்கா உறவுகள் உண்டு
உரிமை உண்டு உணர்வு உண்டு
என் உணர்வுகளுக்கும் அங்கே மதிப்பு உண்டு
நாங்கள் கொண்ட பாசம் கண்டு
பணம் கூட மதிப்பு இல்லாமல் போனது உண்டு
தேர்வுகள் பல உண்டு
தேர்வில் எப்போதும் தேர்ச்சி உண்டு
சுதந்திரமாய் சுற்றி திரிந்ததும் உண்டு
தூக்கம் வரும் வேளையிலே
என் தோழன் மடி சாய்ந்தது உண்டு
கட்டிப்பிடித்து உருண்ட வகுப்பறை ஒன்று
அவையாவும் இன்றும் சொல்லும்
எங்களின் குறும்புகளை நின்று
கலைஞன் ஒன்று கவிஞன் ஒன்று

உழைப்பவன் ஒன்று கனவுகள் ஒன்று
காதலன் ஒன்று காதலி ஒன்று
கண்டித்து பேசும் ஆசிரியர் ஒன்று
கவலை என்று காயம் என்று
எதுவும் காணாத இடம் ஒன்று
பேசிய வார்த்தைகள் பல உண்டு
அதனால் பேசாமல் போனவர்கள் சிலர் உண்டு
மன்னிப்பு கேட்டு சேர்ந்தவர்கள் சிலர் உண்டு
மன்னிப்பு கேக்கமால் சேர்த்தவர்கள் பலர் உண்டு
வேடிக்கையான சிரிப்புகள் உண்டு
அவையாவும் வேதனை தராத ஒன்று
நிஜங்கள் எல்லாம் நினைவுகளாக
இன்று இவையாவும்
என் கல்லூரி தந்த ஒன்று
இதுவரை ஏடுகளில் எழுத படாத ஒன்று

சே.கார்த்தி கவிஞன் ஈரோடு மாவட்டம்

வானவில் பருவம்

நினைவுக்குள் ஒளிந்து கொண்ட
வார்த்தையெல்லாம்
எழுத்துக்கு வடிவம் கொடுக்க மறுக்கிறது
வரிகளில் முடித்திடும் வாழ்க்கையா
கல்லூரி பருவம்
மீண்டும் வாழ்ந்திட துடிக்கிறதே
அந்த வானவில் பருவம்
சேட்டை பல செய்து விட்டோம்
நாட்களை வேட்டையாடி வந்து விட்டோம்
விழியோரம் நீர் சுமந்து வரிகளோ
தடுமாறி வார்த்தையில் உயிர் சேர்த்து
மையோடு கலந்து விட்டேன்
நீரினை விடுதியில் வரிசைக்கட்டி விளையாடி
தாமதமாய் சென்றிடுவோம் வகுப்புக்குள்
அடி வைக்க வாத்தியாரோ
கண்ணால் மிரட்டிட கண்ணீர்
நாடகமே அரங்கேற்றுவோம்
அப்பப்பா நாங்களும் நடிகர்களான தருணம்
மைதானம் சுற்றி திரிந்து ஆசானை கண்டதும்
மயக்கம் வந்த நிலையில்
மருந்து வாங்க சென்றோம் என்போம்
செய்முறை தேர்வில் செய்திடா சேட்டையா
நினைவு தொடுக்கும் போதெல்லாம்
இதழோரம் புன்னகை இனிப்பாய் இனிக்கிறது
பணம் கட்டிட முடிவு நாளாம்
அலுவலகம் நெருங்கி வர

ஆடவரை கடந்து வர
ஆயுள் எல்லாம் நொருங்கி விடும்
கல் பலகையில் காலசைத்து
தின்பண்டம் பக்களிப்பில்
திட்டித் திட்டி தின்போம்
கல்லூரி சுற்றுப் பயணம் காட்சியாய்
இன்னும் எங்கள் கண் முன்
முந்நீரோடு உறவாட சென்றோம்

அலைகள் அடித்து ஆளுக்கு ஒரு புறம்
துளிகளாய் சிதறி கிடந்தோம்
தொங்கான் பயணத்தில் ஆடலும் பாடலுமாய்
இப்போது அந்த நினைவு தேடலுமாய் போனது
இனி காலம் கொடுத்து விடாது இப்படி ஓர்
அழிந்திடா அந்த கல்லூரி நாட்களை....

– து.கவிநிலவு தஞ்சாவூர்

அந்த நாட்கள்

தொடக்கத்தில் பல எதிர்பார்ப்புகள்
உடைக்கப்படுவதால் சிறு வேதனை...
பிறகே உணர்ந்தோம்,
எதிர்பார்ப்புகளை விட   எதார்த்தங்கள் தரும்
இன்பம் அழகானவை என்று ...
மிக முக்கிய உணர்வுகள் பகிரப்பட்ட   இடம்
என்றால் கல்லூரி என்பதே உண்மை...
சில நேரங்களில் சரியில்லாத உடல்நிலை
சரியான மருந்து நட்பிடமே...
நான்கு சுவற்றினுள் அனுபவங்கள்
ஆயிரம், உணர்வுகளோடு கலந்தபடி ...
மனதினில் ஆயிரம் ஏக்கங்கள்
மடியினில் சாயும் போது மௌனமாய் கரைய ..
ஆயிரம் வம்புகளை அசால்ட்டாக இழுப்போம்
நண்பன் " ஒருவன் இருக்கும் தைரியத்தால் ...!
சிரித்தபடி தொடங்கிய நாட்கள்
இன்று   கண்ணீருக்கு   பரிசாய்
,கள்ளியின் கிறுக்கல் ...

-நர்மதா.சு

கல்லூரிக் காதல்

காதல் என்றாலே ஆனந்தம் தான்!
இதிலும் கல்லூரிக் காதல் என்றால் பேரானந்தம்!
இருவரும் மனம் கலந்து
எனக்காக நீ உனக்காக நான்
என்ற சொல்லுக்கு இனங்க
புரிந்து கொண்டு படித்து!
நல்ல தம்பதிகளாக
இந்த அண்டத்தில் வாழ்வது
பெரும் வரமே
இதுதானே உண்மையான காதல் அல்லவா
கல்லூரி காதல் என்றாலே
காதல் கூட செவி சாய்க்கும்
கதை கேட்க .

- ஏ.கிருபாகணேஷ்

சொல்ல முடியாத காலம்

பள்ளிப் படிப்பின் முடிவு – அந்த
கல்லூரி நாட்கள்...
நீண்ட நெடுதூரப் பயணம் – அந்த
கல்லூரி நாட்கள்...
முதல்முறை ஆங்கிலவழிக் கல்வி
அந்த கல்லூரி நாட்கள்...
நண்பர்கள் பெருகிய காலம்
அந்த கல்லூரி நாட்கள்...
வாழ்வின் புரிதல் தொடங்கிய காலம்
அந்த கல்லூரி நாட்கள்...
ஆசைகள் தோன்றிய காலம்
அந்த கல்லூரி நாட்கள்...
கவலைகள் வேரூன்றின காலம்
அந்த கல்லூரி நாட்கள்...
காதலும் கடந்துபோன காலம்
அந்த கல்லூரி நாட்கள்...
தந்தையின் அருமையை உணர்ந்த காலம்
அந்த கல்லூரி நாட்கள்...
தாயின் அன்பினை அறிந்த காலம்
அந்த கல்லூரி நாட்கள்...
இப்படி எல்லாவற்றையும் அறிந்ததினால்
என்னவோ கல்லூரி வாழ்க்கையே
என் வாழ்வின் சிறந்த காலமா...
இல்லை அனைத்தையும் அறிய செய்ததால்

அக்கல்லூரி வாழ்க்கையே
என் வாழ்வின் வசந்த காலமா...
காலங்கள் பல கடந்தாலும்
இது என்றும் நினைவிலிருக்கும் இறந்தகாலமா...
அல்லது பல இனிமையான தருணங்களை
சொல்ல மறந்த காலமா...
என்னவென்று சொல்வது
அந்த கல்லூரி நாட்களை...
தெரிந்தால் சொல்லுங்களேன்...

- க. சகரியா

மற(றை)க்க இயலா பாதை

பிரபலக் கல்லூரி பிரம்பாண்ட கட்டிடங்கள்
பார்போற்றும் பேராசிரியர்கள் பெயர்சொல்லும் மாணாக்கர்
இவைகளுக்கு மத்தியில் எவர் பெயரும்
அறியாமல் அன்று நான்
அமைதியாய் அமர்ந்திருந்தது இன்றும்
கண்ணில் வட்டமிடுகிறது...
தெரிந்த ஆளில்லாத அதிர்ச்சி இல்லை
விடுதி வாசம் கற்றுத்தந்த முதிர்ச்சியினால் !
நாட்கள் ஓடின... மாதங்கள் கழிந்தன...
இன்னும் நினைத்தால் வியப்பாய் உள்ளது
கடந்து வந்த பாதைகளினை !
காலம் மூன்றாண்டுகள் என நினைத்தோம்...
நிலைமை சற்று சாய்ந்தது
கொரோனா வசம்...
வெறுமனே "எட்டு" மாதங்களே
நாங்கள் ஏடு சுமந்து எட்டு வைத்தது.
அனால் எய்திய தூரங்களோ ;
காலை கல்லூரி மதியம் தட்டச்சு
மாலை தேநீர் என நேர்கோட்டில்
செல்லாமலும் உதாரித்தனமாய் ஊரைச்
சுற்றிக் கழிக்காமலும்
இவையனைத்திற்கும் மேலாய்...
உற்றவராய் நேசிக்கும் நண்பர்களும்
உறவினருக்கும் மேலாய் ஊட்டி வளர்த்த
அவர்கள் அன்னையரும்

பாசத்தை வெளிக்காட்டி
பாங்காய் வழிசெலுத்திய தந்தையரும்
உடன்பிறந்தார்க்கும் மேலாய் உரிமை கொல்லும்
உடன்பிறவா உறவுகளும்
கண்ணில் தொடங்கி நெஞ்சில் வாழும் காதலும்
கர்வத்திற்கும் வீண் பிடிவாதத்திற்கும்
வித்தான வெட்டி மோதலும்
பசிக்குதென்று சொன்னவுடன்
படக்கென்று பைக்கினை செலுத்தி
பாசமாய் திட்டி சோறுபோட்ட நட்பும்
விடிய விடிய போர்வைக்குள்
படம் பார்த்து சிரித்த
விடுதி தோழியரும் இன்னும்.....
இவைகளை எழுத
ஏனோ கைகள் நடுங்குகின்றன...
மையிடா விழியோரத்தில்
மழைச்சாரல் விசும்புகிறது...
இதுவரை,சென்ற பத்தாண்டுகள்
வீட்டாரோடு விலகி
ஆண்டுகளை விடுதியில் கழி(ளை)த்தும் இருந்த
எனக்கு கூட சோர்ந்துவிட்டது
இந்த பயனில்லா - பயமளிக்கும் நாட்கள்...
உயிருக்கு பயந்து உறவுகளை இழந்தோம்
விடுமுறையில் வியந்து தொடுவானங்களைத் தொலைத்தோம்
அடைபட்டுக் கிடந்து ஆன் - லைனில்
மூழ்கிகிடந்தோம் - கிடக்கிறோம் என்று முடியும்
இந்தக் கோர நாட்கள்...
" எண் " மாதங்கள் பயணித்த உறவுகள்
என் மனதினில் பதிந்த நினைவுகள்
இன்றும் கூட அலைபேசியில் தேடிக் கொள்கிறோம்
அவ்வப்போது நினைவுகளைத்
திருப்பிப் பார்க்கிறோம்
அந்தக் கவின்மிகு கல்லூரி நாட்களை....

~ தமிழ்ச் சேவகி த. சிந்துகவி

நட்புறவு

பரிச்சயமற்ற முகங்களில்
முதன் முதலாய் நட்பு புன்னகை
விரித்த தோழி!
சில முறைகள் கேட்ட பின்
பெயரும் பல தடவைகள் பார்த்த பின்
முகமும் மனதில் பதிந்தது!
முதலாம் ஆண்டில் அடுத்தடுத்து அமராவிட்டாலும்
அடுத்து வந்த ஆண்டுகளெல்லாம்
நெருங்கிய தோழிகளாய்!
எத்தனையோ சண்டைகள்
பல கருத்து வேறுபாடுகள்
பிடிப்புகள் வித்தியாசம் இருப்பினும்
மனதால் பிரிவினையில்லை!
சகோதரிகளாய் உரிமை கொண்டாடிய
ஓர் அழகிய நட்பு!
ஏழு வருடங்களாய் கல்லூரியிலும்
மூன்று வருடங்களாய் புலனத்திலும்
தொடரும் நட்புறவு!

க.செளபர்ணியா

கலையாத நிமிடங்கள்

கல்லூரி நாட்கள்
கடிவாளமில்லா புரவியின்
கால் தடங்கள் போல
மிக மிக அழுத்தமான நினைவுகளல்லவா...
பாடங்கள் கற்றுத் தந்த ஆசான்கள்
இன்றும் தாய் தந்தைகளாய்
தலைகோதிச் செல்கிறார்கள்..
ரசித்த கன்னிகளின் பூமுகம்
ஒருதலையாய் இன்னும்
மனதோடு வாடாமல் இருக்கிறது...
இன்பத்திலும் துன்பத்திலும்
தோள் கொடுத்த நண்பர்களின் உறவு
இன்றும் உயிர்ப்போடு தொடர்கிறது!

சுகிஷர்மி

உன்னத நாட்கள்
இன்று நான்
இப்படிக்கு நான்
என்று என்னை அறிமுகம் செய்வதற்கு
எனக்கு அடையாள விண்ணப்பம் எழுத
கற்றுக்கொடுத்த இடம் அது
தனிமையோடு எனக்கும்
என்னோடு தனிமைக்கும்
முதல் அறிமுகமான இடம் அது
முதல் அரசியல் முதல் விமர்சனம்
தீவிர வாசிப்பு தீராத தேடல்
முழுமையான முகவரி
எழுதப்பட்ட துரோகம்
முதன்முதலாய் அனுபவித்த முதல் காதல்
பிரிவின் வலி
மாற்று உலகம் காணுவதற்காக
மதுபான பாட்டில்களோடு பலமணி நேரம்
மத்தியஸ்தம் செய்த முகூர்த்த நாட்கள்
உளறியதையெல்லாம் கவிதை என்ற
உண்ணத நிமிடங்கள்
அந்த கல்லூரியின் நாட்கள்

-தமிழணங்கன் மு. மகாலிங்கம்

வாழ்கையின் திருப்புமுனை

முதல் நாள் நான் வேற்றுக்கிரக வாசியாய் !
கடல் போன்ற திரண்ட
மணவர்களுக்கிடையில் ,நான் கடைக்கோடியில் !
முதலாம் ஆண்டு முடிகையில்
முக்கால் பங்கு கல்லூரி பழக்கம் ஆனது!
பல இடங்களுக்கு நண்பர்களுடன் செல்வதும் வழக்கம் ஆனது !
பல போட்டிகளில் பல கல்லூரி செல்ல வாய்ப்பும் ஆனது !
இரண்டாம் ஆண்டு முடிகையில் ,
கல்லூரியின் இலக்கணம் அறிந்து
தாமதமாக வர தளர்வுகள் ஆனது !
திமிரு பிடித்த சில தோழியர்களும் நட்பாய் மாறியது !
அனைவருக்குதவும் அன்பும் பெருகியது !
மூன்றாம் ஆண்டு முடிகையில் ,
நண்பர்களை எண்ணி கண்ணீர் முட்டியது !
வாழ்க்கையின் இலக்கை முடிவு செய்ய உதவியது !
வாழ்க்கையின் அனுபவங்களை மிகவும் கற்றுத்தந்தது!
எப்படி வாழ வேண்டும் என்றும் கற்பித்தது !
வாழ்க்கையின் திருப்புமுனையாய்
எல்லோர்க்கும் அமைவது ....
அந்த கல்லூரி நாட்கள் !!!!!! !!!!

-ர.தமிழ்

அந்த நாளை ...

கல்லூரி வாசல் மிதிக்க மனமில்லா
ஒரு குணத்தோடு புறப்படுவது
மட்டும் நிருத்தப்படாது!
பாடம் படிக்க விருப்பமில்லையானாலும்
பரீட்சை எழுத வெறுப்பில்லா காலமது!
காசு பணத்திற்கு குறையென்றாலும்
தோழனின் கேலிக்கைக்கு வஞ்சகமில்லை!
கூறிய காதலுக்கு கிடைக்காத
பதிலுக்கு ஏங்கிய நாட்களில்
சொல்லாத காதலும் புதைந்ததுண்டு!
நகரும் ஒவ்வொரு நொடியும்
கைக்கெட்டா நொடி என்ற
ஏக்கத்தில் சுற்றித்திரிந்த காலமது!
கடைநாளின் இதயத்தின் மௌனஅழுகையுடன்
நினைவுகளில் பயணம் செய்யும்
ஏக்கத்தின் சொந்தக்காரன் நான்!
இளமை என்னும் கூட்டில்
காதலும் நட்பும் சிக்கித்தவித்த
அந்த நாள் ஒன்று வரக்கூடுமோ!

- தர்ஷினி

என் சிநேகிதியே

கல்லூரிப் பேருந்தில்
நீயும் நானும் இணைந்தே சென்ற
இனிய பயணம்
வகுப்பறையில் படித்த நேரமோ குறைவு
கதைப்பேசி சிரித்த நேரமோ நிறைவு!
கல்லூரியில் நாம் சுற்றாத இடமில்லை
நம் பாதம் பதியா தடமில்லை
காலங்கள் கடந்த பிறகு
கண்ணீராகியது உன் நினைவுகளும்;
என் தவறுகளும்!
உன் மௌனம்
பல கதைகள் பேசும்
அதை புரிந்து கொள்ள
என் கண்கள் போதும்
காரணமில்லாமல் நாம் போட்ட சண்டைகளோ
என்றும் நம் பிரிவை
விரும்பாத காரணத்திற்காகவே!
உன் அறிமுகமோ கல்லூரி நாட்களில்
கிடைத்த புதையல் என் சிநேகிதியே!!

-ரா.தாரணி

அழியாச் செல்வம்

சீருடை மாறிட
சீறிடும் சீமானாய்
ஓடிடும் பேருந்தில் ஒற்றைக் காலில்
படிப்படியாய் படித்து முன்னேறும் கனவோடு
கடந்த கலர் வண்ணக்கல்லூரிக் கதை
அது பொதுத் தேர்வில்
தொன்னூறு விழுக்காடு எடுத்தேனென
கழுத்துப் பட்டை உயர்த்தி
சிரித்துக் கொண்ட தொன்னூறுக் கொன்
பேறுகளின் கல்லூரி முதல் நாள்
அன்று சந்திரனை கைகாட்டி
அழகு சுந்தரிகளை கவி ஈர்க்க
தந்திரமாய் கவரும் பருவத்தில்
எந்திரனை மெருகூட்டி
அந்த சந்திரனில் புவி ஈர்க்க
சூத்திரத்தை தேடும்
இயந்திரவியல் காட்டிற்கோர்
ராஜா சிங்கம் போல்
கல்லூரிக் கூட்டிற்கோர் ராஜாக்கள் சங்கம்
தாம் என்று
வீட்டுக்கொரு சுவையென வரும் சோற்றை
வேட்டையுற சேட்டை தரும் கூட்டம் தான்
விளையாட்டு இசை பாட்டு

அசை போட்டு கலை பாடும்
பல திறனுள்ளோர்
தனித்தனி பரீட்சைக்கு பதிலிட்ட
விடைத்தாளொன்று பகிர்ந்திட்டு
பழகும் அறனுள்ளோர்
ஒரு அணி ஆய்வகத்தில்
கணினி விசைப்பலகை வழி விரலசைத்து
பயிலவே வியர்க்கும்
பிறவுகுப்பன்று ஆயுதத்தில் சுழலி வழி
துளையிட்டு மரையிட்டு முக்கடைந்து முத்தன்ன
சிரிப்போர் அகதிகளென
அச்சுற்று நுழைந்த விடுதி வசதிகள்
குறைவென ஆதியில் வருந்தி
தினமொரு நண்பனின் ஆடைகள்
உடுத்தி அழுதிட விடைபெறும்
ஆயுளின் பகுதி நடைமுறை
பொறியியல் பயில
நெடுந்தூர தொழிற்சாலை செல்வதென
சுற்றுலா பயணம் சுற்றிப்பார்க்க
பெற்றோரிடம் சற்றே நடித்து
குற்றாலம் குன்னூர் என
கும்மாளம் அடித்து
நிறைவாண்டு சுயசிந்தை படைப்பென்று போய்
கடைத்தெருவில் விலைபேசி
பொதுத் தேர்வில் தேர்ச்சியுற்றும்
வாழ்விலே தோற்றார் போல்
தோற்றத்தில் விடைபெற்ற
அந்தக்கல்லூரி நாட்கள்
என்றும் அழியாச் செல்வம்

-தாமோதரன்

கல்லூரி நாட்கள்

Attendance-ல் அரட்டைகளும்
உண்டபின் குரட்டைகளும்
பஞ்சமில்லை படிக்கையில்!
பகிர்ந்த உணவு பகலிலே கனவு
காதலெனும் நிலவு கை பிடிக்க
துடிக்கும் உறவு
Canteen ல் கேளிக்கையும்
வகுப்பில் காணிக்கையும் வழக்கம் தான்
ஏதோ தேன்நிலவில்
நான் தேனீர் கேட்டதுபோல் வெட்கப்படுவாள்
தேர்வு அறையில் நான்
ஒரு மதிப்பெண் வினாவிற்கு
விடை கேட்கையில் என்னவள்
இவ்வளவு மகிழ்ச்சியை தந்த
என் கல்லூரி இன்று
கண்ணீரை தருகிறது நினைக்கையில்

-திருமுருகன்

மீள்பார்வை

நண்பர்களின் நட்பும்
நகைச்சுவையும்
அடை மழையாய் நனைத்த நாட்கள்....!
பேராசிரியரின் பேரறிவில்
மூழ்கிய நாட்கள்...!
தோழியிடம் திட்டு வாங்கினாலும்
திருடிய தின்பண்டங்களை
திருப்பிக் கொடுக்க மாட்டோம்....!
புரியாத புதிர் போல
நடக்கும் வகுப்புகளில்...,
புரிந்தது போலவே
முகபாவனைகளை மாற்றும் வித்தை
வேறு யாருக்கும் புரியாது.....!!
மாணவர்களைத் தவிர...
படிக்கும் நேரம் தவிர
மீதி எல்லாம் கற்பனை கதைதான் .....!
அதை சரியாக பயன்படுத்தி இருந்தால்...
கம்பரையே மிஞ்சிருக்கலாமோ என்று
காலம் கடந்து சிந்தித்ததும் உண்டு....
அடித்துக் கொண்டாலும்
ஒருபோதும் மறந்ததில்லை...!
அன்பை பரிமாறுவதற்கு!!!
ஆண் தோழர்கள் எல்லாம் அண்ணனாக....
பெண் தோழிகள் எல்லாம் தங்கையாக...
இடையில் ஏற்படும் பாசம் என்கிற
பனிப்போரில் வெற்றி பெறுவது யாரென்று....?
தினம் தினம் போராட்டம் தான்.....!!!
ஆனால் , அன்பான காலங்கள் எல்லாம்
கல்லூரி கடைசி நாளில்,
கரைந்து போனது...., எங்கள் கண்ணீரில்......
மீண்டும் மீள்பார்வையாக..,
தூசி தட்டி எடுத்தேன்
கரைந்த நினைவுகளையெல்லாம்....
நிழற்படமாய்...-   **- தமிழினி மாலதி**

கனா காணும் காலங்கள்

கண்முன் நடக்கும் கனா காலங்கள்..//
கலைந்து விடும் காலமோ
மூன்று ஆண்டுகள்..//
ஆண்டவன் கூட ஆசைபட்டான்
அதிசயமான எங்கள் காலத்தை கண்டு..//
ஓடி ஆடிய வகுப்பறைகள்
ஓய்ந்து விட்டது..//
ஒன்றாய் திரிந்த காலங்கள்
முடிந்து விட்டது//
பூத்து குலுங்கும்
பட்டாம்பூச்சியாய் கல்லூரி தோழிகள்...//
எனக்கென்றால் பூகம்பமாய்
வெடிக்கும் தோழர்கள்...//
ஆசிரியர் கூட அமைதியாய் நின்றனர்
ஆரவாரமான எங்கள் செமினார் முன்...//
அருந்திய உணவும் அமிர்தமாய்
ஆனது தோழியின் வீட்டில்..//
சின்ன சின்ன சண்டைகளும்,
சிலிர்ப்பான அனுபவங்களும்..//
சொல்ல மறந்த காதல்களும்..,
சொல்லி திரிந்த காதலர்களும்..//
வீட்டின் சோகமும்
விளையாட்டாய் தோன்றியது நண்பர்கள் முன்...//

பிரியும் நாளை கொண்டாடுகிறோம்,
மீண்டும் நாம் சேரும் நாட்களை எண்ணி..//
பத்து மாதம் சுமந்த தாயின் கருவறையை விட
மூன்று ஆண்டுகள் பயணித்த
கல்லூரி நாட்களுக்கு உணர்வுகள் அதிகம்.....//
இன்று பிரியும் நாங்கள்
ஒருநாள் சந்திப்போம்....//
அப்போது எங்கள் கண்ணீர்த்துளிகள்
சுனாமியையும் சுருட்டிவிடும்....//

தேடல் மணி
நாமக்கல் மாவட்டம்

வரமாய் வந்த நட்பு

முதலாம் ஆண்டு...
முழித்துக்கொண்டே வகுப்பறையில்
முதல் அடி வைத்தோம்
முகம் அறிந்து அறிமுகம் ஆனோம்
அகம் அறிந்து அன்பர்கள் ஆனோம்
பறவையென கல்லூரியை சுற்றித் திறந்தோம்
பரீட்சை தாளிலும்
நட்பை பற்றி எழுதினோம்
உணவை பகிர்ந்து ஊட்டி மகிழ்ந்தோம்
உள்ளத்தால் ஒருயிராய் மாறி விட்டோம்
உலகத்தின் விலை
நம் நட்புக்கு ஈடாகுமா
மூன்று ஆண்டுகள் தேய்பிறை போல் போனதே
முழுமதியாய் நட்பு மட்டும்
என் வானில் ஆனதே
வகுப்பறையெனும் கருவறையில் பிறந்து
வாழ்க்கையின் வலிகளை களைத்தது எண்ணத்தில்
வண்ணத்தை விதைத்து
இத்தனை வரத்தை அள்ளித்தந்தது
எத்தனை பிறவி தவமோ..

- நந்தினி

அழகிய நாட்கள்

என்னுள் பூத்த கல்லூரி நாட்கள்
என்றும் அழகானதாய் வலம் வருகிறதே
சுகமான சுமைகளையும் தூக்கிச்செல்லும் இதமான நாட்கள்
கைவினை பொம்மைசெய்யும் கலைஞர்களானாலும்
செதுக்க முடியாததுதான் அந்த கல்லூரி நாட்கள்
தொலைதூர பயணத்தில் கண்களை மூடினாலும்
கனவுகளோடு தொடர்வது சுகமல்லவோ
காணுமிடமெல்லாம் நண்பர்கள் கூட்டம்;
காணக்கண்கோடி வேண்டுமெல்லவோ
பூக்களாய் உதித்த கல்லூரி தோட்டத்தில்
நாம் சேர்ந்து போடாத ஆட்டமும் இல்லை;
தோல்வியில் வாட்டமும் இல்லை
கூடிட இன்பத்தை கொடுத்து;
பிரிந்திட துன்பத்தை எடுத்தது
அந்த கல்லூரி நாட்கள்
முதுமை வந்தாலும் பசுமை நினைவுகளோடு
பறக்கும் புறாக்கள்தான்
அந்த அழகிய கல்லூரி நாட்கள்!

கவிஞர் பாரதி பாஸ்கி காரைக்குடி

இனிய நாள்கள்

இறைவன் கொடுத்த வரம்
எனது கல்லூரி!
அந்த வரத்தின் இனிமை
என் தமிழ்த் துறை!
அந்தத் தமிழ்த் துறையின் பெருமை
நான் படித்த வகுப்பு!
மூன்று ஆண்டுகளும் ஒரே வகுப்புதான்
ஆனால் அந்த வகுப்பு கற்றுக்கொடுத்த
பாடங்கள் வேறு வேறு!
என் வாழ்க்கை என்னும்
அகராதியில் பொன் நிற
எழுத்துக்களால் எழுதினேன் அப்பாடங்களை!
இன்று அவ்வெழுத்துக்களைக் கொண்டே
கவி படைக்கின்றேன்!
என் வாழ்க்கையின் இனிய நாள்கள்
என் கல்லூரி நாள்கள்!
நான் வாழ்க்கையில் வாழ்ந்த நாள்கள்
என் கல்லூரி நாள்கள்!
எனது பெருமையை உணர்ந்த நாள்கள்
என் கல்லூரி நாள்கள்!
என் ஆளுமையை உணர்வித்த நாள்கள்
என் கல்லூரி நாள்கள்!
காலமெல்லாம் நினைத்துக்கொண்டே இருப்பேன்
என் வாழ்வின் இனிய நாள்களை

- பா.பிரியன்பாபு

வசந்த காலம்

கனவைப் போன்றதொரு கல்லூரிக் காலம்.
பலருக்கு வாழ்வில் கிடைக்கா நாட்கள்.
அன்பைப் பகிர ஆரம்பப் புள்ளியாய் இருந்த இடம்.
அனைவரின் மனதிலும் ஏக்கத்தை ஏற்படுத்தும்
கிடைக்கா வரமாய் திகழும் பொக்கிஷம்.
காலங்கள் மாறினாலும் கனவுகள் மாறாது.
காலமாகிய நேரத்தை கணக்கிட்டு
வாழ்ந்த கல்லூரி நாட்கள்.
சிலர் பொழுதை வீணாய் கழித்து.
சிலர் பொழுதை உபயோகித்து.
சிலரின் கனவுகள் நிறைவேறி.
சிலரின் கனவுகள் கனவாகவே.
காலம் கடந்தும் கனவுகள் நினைவாக.
தினம் தினம் மோதும் அலையாக.
வாழ வழிகாட்டிய வாழ்க்கைத்தடம்.
வாய்ப்புகளை நல்கிய இடம், வல்லமையை வளர்த்ததும்.
வரலாற்றை வகுக்கக் செய்ததுமான.
ஒரு தளமாக இருந்த நாட்கள்....

- கோ.பிரியா

இரண்டாம் கருவறை

ஆண் பெண் என்ற
பாலினம் மறந்து பழகினோம்...
சிறு சிறு பிரச்சனைகள்
அதை பெரிதாக்கி ஆனந்தமடைந்தோம்...
வளாகம் முழுவதும்
வம்புகள் செய்தே வேடிக்கையாறிருந்தோம்...
பெரியவர் சிறியவர் இன்றி
எல்லோரும் கூடியே எல்லைகளைமீறினோம்...
ஆயிரம் சண்டைகள் வந்தாலும்
யுத்தமே ஆனாலும் விட்டுக்கொடுக்கமாட்டோம்...
ஆனந்தைதை எல்லாம் எல்லையின்றி
அள்ளி கொடுத்தஅந்த நாட்கள்
இந்த கல்லூரி நாட்கள் – எங்கள்
தேவிட்டா இரண்டாம் கருவறை காலம்....

-ஜெயஸ்ரீ

நினைவு பெட்டகம்

அறிமுகம் இன்றி
கல்லூரி வளாகத்தில் வலம் வந்து
பல பூக்களை உறவுகளாக்கினோம்
பல நகைச்சுவைகள் பல வேடிக்கைகள்
அரங்கேறிய அனுபவ மேடை
அது அளவில்லா அன்புக்கும்,
காதலுக்கும் அடித்தளமிட்ட சொர்க்கம்
அது உணவை மட்டும் பரிமாறிக்கொள்ளாமல்
அன்பையும் பரிமாறிக் கொண்டு
பல இனிப்பான செயல்களையும்
சில கசப்பான தருணங்களையும்
பகிர்ந்து கொண்ட பருவம் அது
வகுப்புகளை புறக்கணித்து
வெளியில் சுற்றித்திரிந்த பூங்கா
அது பிரிவு உபசரிப்பில்
ஆனந்த கண்ணீர் விட்டு
கல்லூரி பூக்களின் தோட்டம்
பிரிந்து சென்ற
நினைவு பெட்டகம் அது...

- மு.பிரபாகரன்

என் கல்லூரி நாட்கள்

அன்னையென அவள் அணைத்த
அன்பான காலம் அது!
அரட்டைகளும் ஆட்டங்களும்
அளவில்லாமல் ஆடிய அரங்கங்களும்!
பழக்கமற்ற முகமும் பழகிப்போன முகவரியாகும்!
உறங்கவைக்க நடத்தும் பாடங்களும்!
உறக்கத்தில் எழுதிய குறிப்புகளும்!
உற்சாகப்படுத்தும் தோழிகளும்!
சிற்றுண்டி சிதறும் சிறு இடைவேளையும்!
பாட இடைவேளையில் பாட்டுக்கச்சேரியும்!
பசியில் பார்த்த பன்னிரெண்டு மணியும்!
பகிர்ந்த உணவும் பரிமாறிய மனமும்!
உருளைக்கிழங்குக்காக உருண்ட உறவும்!
உண்டு மங்கியவளை தாங்கும் மேசையும்
மேசையை அழகாக்கும் பேனாவும்!
அறியாத அதிர்ச்சி தேர்வும்
தெரியாத விடையும்!
திரும்பிய திசையில் விடைதேடும் விழியும்!
காதலில் மூழ்கிய தோழியும்!
வாய்மூடாத தோழியர் கூட்டமும்!
மூன்றறையானால் மூட்டையாகும் பையும்!
ஓசைகேட்டால் ஓட்டமெடுக்கும் கால்களும்!
காதலுக்காக காத்திருந்த காலமும்!
காத்திருந்த வேளையில்

கண்கள் ரசித்த அழகனும்!
என்னை விட்டுச்செல்கையில்
சிலையான காதலனும்!
பின்புறப்படிக்கட்டில் பேருந்துப்பயணமும்!
என எண்ணற்ற எண்ணங்கள் தருவாள்!
அந்த நினைவுகளும் கனவுகளும்
ஒன்றுதான்!
திரும்ப கிடைக்காதவை..!
அந்த கல்லூரி நாட்கள்!

-புவனேஸ்வரி ஆ

முப்பொழுதும் உன்னுடன் காதலில்...

ஆண்டு பல ஆனாலும்
இன்றும் உன் நினைவு
கடுகளவும் குறையயவில்லை என்னுள்...
கனவிலும், நினைவிலும்
நீ வாராத நாளில்லையே!
கல்லூரியின் முதல் நாளில்
உன்னை சந்தித்த பரவசம்
இன்னும் குறையயவில்லை காதலியே!
உன் அருகிலே நான் இருந்தும்
பல மையில் தூரமாய்..
உன்னோடு சில வார்த்தை
பேச முயன்று
தொண்டைக் குழியில்
வார்த்தை சிக்கித்தவித்தது உண்டு..
தேனீர் கடையிலும், பேருந்து நிறுத்தத்திலும்
உன் ஓர பார்வை பார்த்திட
தவறாமல் என் வருகை பதிவுண்டு ..
நாம் பயின்றது என்னவோ,
வணிகத்துறைதான் ஆனால் உன்
ஒவ்வொரு அசைவும்,கொஞ்சு ஒலியும்
எனக்கு சங்கத்தமிழ் சொல்லித்தந்தது..
உன்னை பிரியாமல் பிரிந்து,
வாழாமல் வாழ்ந்து கொண்டு இருக்கிறேன்
முப்பொழுதும் உன்னுடன் காதலில்...

- பூவை செல்வா.

புது உறவுகள்

யாரென்று தெரியாமல்
ஒருவருக்கொருவர் அறிமுகமாகினோம்
கால ஓட்டத்தில்
நட்பென்னும் புனிதமான உறவாக்கினோம்...
என் கல்லூரி வாழ்க்கையே
ஓர் வியப்பானது தான்..
புது புது அறிமுகங்கள்,
புது புது அர்த்தங்கள்,
புதுப்புது இன்பங்கள் ,புதுப்புது இன்னல்கள் ,
புதுப்புது ஏமாற்றங்கள், புது புது துரோகங்கள் ,
எனப் பல உணர்வுகளைக்
காட்டிய இடம் இது ..
ஆசிரியர்களிடமிருந்து கற்ற பாடங்களை விட
உன்னிடம் கற்ற பாடங்கள் ஏராளம்..
அதற்குக் கிடைத்த பரிசு
உன்னை நினைக்கும் பொழுது
என் நெஞ்சுப் பூரிப்பும்
என் கண்ணீர்த் துளிகளும் தான்

-பூமிகா ப

தித்திக்கும் தினங்கள்

கற்பனையில் எட்டாத,
காண கிடைக்காத பொக்கிஷமே
கல்லூரி நாட்களோ!
பசுமை நினைவுகளால்,
பஞ்சாய் ஆனதே நெஞ்சே இன்று!
கல்லூரியில் கற்ற பாடங்கள் விட,
கற்பித்த பாடங்களே அதிகமே!
ஆண்டுகள் மூன்று,
அனுபவித்ததோ ஆயிரமாயிரம்;
பரிட்சைகளும் வந்து வந்து
போயின பக்கத்திலே!
பேராசிரியர் பேச்சு பெருமைப்படவே ...
உணர்ந்தோமே இப்போது!
திட்டுகளும் தித்திப்பாய் ஆனதே!
அரியர்களும் ஆனதே அவார்டுகளாகவே!
நண்பன் வார்த்தையின் அர்த்தம்
அறிந்ததே அன்றே!
சோகங்களும் சுகமானதே;
இன்பங்களும் இருமடங்கானதே;
துன்பங்களும் ஆனது பாதியே!
மனம் முழுவதும் மகிழ்ச்சியே,
வருத்தங்களும் வாடிப்போனதே!
எதிர்கால யோசனைகள் எட்டிப்பார்க்கும் ...

இமைகளோ இமைக்காமல் நோக்கும் இளந்தளிர்களையே;
ஒற்றைப் பார்வையில் ஒருத்தி,
நொறுக்குவாளே மனதை ஒட்டுமொத்தமாய்!
அனைத்தும் நினைக்கையில் ஆகுமே
கண்களும் குளங்களாகவே!

-மஞ்சு. கி

காலங்களை வசந்தம் ஆகிய கல்லூரி

12 அண்டு விடுதி வாழ்க்கைக்கு
விடுதலை அளித்த வசந்த காலம்!
பள்ளி என்னும் பங்காளியை
தொலைத்துவிட்ட கடின காலம்!
ஆறு புள்ளிகளுக்குள் முத்தமிட்ட
என் விரல்களை கைப்பேசிகளுக்கு மேல்
முத்தமிட செய்த கல்லூரி காலம்!
என் எழுத்து கிறுக்கல்கள் எல்லாம்
ஏடுகளில் சுமக்க செய்த
முன்னேற்ற காலம்!
போராட்ட உணர்வுகளை
உரிமைக்குரலாக போரிட செய்த
பொன்னான காலம்!
என் சிந்தனை துளிகள் மலைச் சாரல் போல்
சமூகத்தில் பறவ செய்த சங்ககாலம்!
நெஞ்சுக்கு நீதியையும்
தமிழுக்கு தொண்டனாகவும்
என்னை வளர்த்திட்ட கற்காலம் தான்
என் கல்லூரி காலம்...

-மானம்_உள்ள_மாணவன்

ஓர் யுகம்

மீள முடியா நாட்கள்,
மீண்டும் வாழ முடியா நாட்கள்,
சொல்ல சொல்ல தீராது,
சேர்ந்த நட்பு மாறாது,
பாடம் கற்க போனோம்,
கற்றது பாடம் மட்டுமல்ல,
எண்ணிலடங்கா...
இன்பத்தை எடுத்துரைத்த தருணங்கள்,
துன்பத்தை எடுத்துதைத்த இன்ப வர்ணங்கள்..
நான்கு வருடங்கள் நகர்ந்ததெப்படி?,
நல்லது கெட்டது பிரித்து அறிந்ததெப்படி..?
பிடிக்காமல் நுழைந்த இடம்
பிரியமுடன் ஏற்று கொண்டது என்னை...
பிரிந்த நாட்கள் ஏனோ,
பிரியாமல் என்றும் என் மனதில்,
வரிகள் எழுதும் நொடிகள்,
மனதை வலிகள் ஆக்கிரமிகின்றன.
விவரிக்க வரிகள் போதாது,
சொன்னாலும் பிறர் மனம் உணராது..
பாடங்களையும் தாண்டி
வாழ்வின் பயணங்களையும் கற்ப்பித்த
ஓர் யுகம் தான்
"அந்த கல்லூரி நாட்கள்"...!

-மாதவன் கவிச்சிதறல்

மழைக்குடையோடு ஓர் காதல்

மழையில் நனைந்து பார்த்தபடி,
நண்பர் கூட்டம் சூழநின்று,
அவ்விடம் கவனம் இல்லாது,
ஒற்றைப்பார்வை என்மீது வீசினாயே...!
வான்கற்கள் என்னை தாக்கியதாய்,
சற்றே தடுமாறி நின்றேன்...
கல்லூரிச்சாலை முகப்பு வாயிலில்,
முதல்முறை பார்த்த ஞாபகம்...!
கைகுலுக்கி வரவேற்பு தந்தவன்...
கண்களாலே காதல் பேசுகிறான்...!
குடையைக் கொண்டு காப்பவனாக,
மழையோடு வருகை தருகிறான்...!
ஒற்றைப்பாதையில் இருவருமாக...
கல்லூரி நாட்கள் தொடரவே...
ஆண்டுகள் அழகாக கடந்தன...

-ரஞ்சனி பழனிசாமி, கரூர்.

அறிவின் பிறப்பிடம்

அன்பின் பிறப்பிடம்
தாயின் கருவறை என்றால்
அறிவின் ஊற்றான அனுபவத்தின்
பிறப்பிடம் கல்லூரி தான்.....
ஆயிரம் கவலைகள்
மனதில் குடி கொண்ட போதும்
அதை எல்லாம் மறந்து
புன்னகை பூத்தது என்னவோ
கல்லூரியில் தான்.....
பசி என்ற போதெல்லாம் உணவை பகிர்ந்து
மனம் பாரம் என்ற போதெல்லாம் மடியை தந்து
பெற்றவளிடம் பகிர முடியாததை கூட
நம்பிக்கையில் கூறினாலும் ரகசியம் காக்கும்
தோழியை பெற்றதும் கல்லூரியில்தான்....
வாழ்க்கை என்னும் போர்க்களத்தில்
தைரியம் பெற்று போராடும் உத்தியை
கொடுத்ததும் கல்லூரி தான்...
ஏனோ மனம் தான் ஏங்குகிறது
மீண்டும் கிடைக்காத அந்த
அழகிய நாட்களை நினைத்து....

- ரேவதி பால்மாணிக்கம்

நினைத்தாலே இனிக்கும் நாட்கள்

அந்த நாட்கள் முதல்நாள்
முதலாய் நெஞ்சில் பதிந்துவிட்டவை;
கால்குலேட்டர் இல்லாத கணித வகுப்புகளுக்கானவை;
கடைசி இருக்கைகளுக்கு நண்பனிடம் போராடியவை;
ஒருடிபன் சோற்றில் பலபசிகளை தீர்த்தவை;
பஸ்டிக்கெட்டுக்குள் புதையலாய்
பத்துருபாய் கண்டெடுத்தவை;
காதலையும் காதலர்களையும்
வளர்த்தவையும் பிரித்தவையும்;
என் கல்லூரி நாட்கள்
நினைத்தாலே இனிக்கும்நாட்கள்!

-ரூபிணி சோமசுந்தரம்

கல்லூரியின் கருவறை

முதல் நாள்
கல்லூரியில் காலடி வைத்து!
அறிமுகமில்லா பல முகங்கள் அறிமுகமாகி!
சிறுக சிறுக கூடுகட்டி!
மனமும் மனமும் ஒன்றுக்கொன்று பரிமாறி!
நெஞ்சில் நஞ்சில்லா நட்பைத் தைத்து!
ஆடலும் பாடலும் அரங்கேறி!
திட்டியும் தட்டியும் நகர வைத்து!
வாழ்க்கையின் அடுத்த தளத்தையும்
இயம்பும் தடமாகி!
தேர்வுகளை எல்லாம் முடித்த தேனீக்கள்!
பட்டு சிறகைவிரித்து சிறகடிக்க!
புவனமெனும் நீரில் நீச்சலடிக்க ஆயத்தமாகி!
கல்லூரி கருவறையை விட்டு
பிரிகையில் நீராடுகிறது என் கண்கள்!
அந்த நாட்கள் மீண்டும்
ஒரு முறை கிடைக்காதா என்று...!

- - பி.மா.வேதா

நினைவுக்கூடம்

கேலி கிண்டலுக்கு பயந்து,
முதல் அடியை
எடுத்து வைத்த நாளில்,
பார்த்த கணம் அருகில்
அழைத்து அமர வைத்தது...
என் பிரச்சனையை தனதாக
எண்ணி சண்டையிட்டது...
ஆண் பெண் வேறுபாடுகளை
தகர்த்தெறிய ஆணையிட்டது...
தவறான பாதையிலும்
சரியானதை சுட்டிக்காட்டியது...
இன்பங்களை முழுமையாகவும்,
துன்பங்களை பாதியாகவும்,
பகிர்ந்தளித்த நாட்கள் என்றும் நினைவில்....

- ஜெயஸ்ரீ சுப்ரமணியன்

என் காதலே

கல்லூரிக்குள் நுழைந்த முதல் நாளிலே
விழி வழியே ஊடுருவி
மூளையில் படிந்த உன் உருவம்
இன்றும் என் மனதில் நிழற்படமாய்....
ஒவ்வொருநாள் காலையும் கரையும்
உன்னருகில் சில மணித்துளிகள்
பேச்சற்ற ஒரு மௌனத்தில் ....
வகுப்புக்கு செல்லும் போதும்
திரும்பி திரும்பி பார்த்தபடியே...
கொண்டாட்டமும் குதூகலமுமாய்
நட்பு கூட்டத்துடன் இருக்கும்
கணத்திலும் பக்கத்தில் நீ என்றால்
கொள்ளை மகிழ்ச்சி எனக்கு
பெரிய வேப்ப மரம் ஒன்று
விரித்துக் காய போட்ட நிழலென
உன் அருகாமையில் எப்போதும்
குளிர்ச்சி இதமும் இனிமையுமாய்
கல்லூரியே கொண்டாடும்
உன்னை விரும்பியே நனைவாய் மழையில்
உன் மேனியில் பட்ட
நீர் துளிகள் சாரலாக

என் மீது படும் நேரம்
சிலிர்ப்பன உவகை எனக்கு.......
மன அழுத்தமான நேரங்களில்
உன் மடியே தாய்மடியாய்
உன்னைத் தொட்ட தென்றல்
என்னைத் தொடும் நேரம்
உன் கரங்கள் வருடுவது போல்.....
கால ஓட்டத்தில் உன்னைப்
பிரிந்து இத்தனை ஆண்டுகள் ஆகியும்
என்நினைவில் வேரூன்றி
கிளை பரப்பி மனம்
வீசிக் கொண்டே இருக்கிறாய்
என் பிரிய மகிழம்பூ மரமே!

- ❀ ஜோதி சரண் ❀

நீங்காத நினைவுகள்

நீங்காத நினைவுகளை தாங்கியது
நாம் அமர்ந்த பெஞ்சுகள் ...
கேட்டு கேட்டு பழகியது
வகுப்பாசிரியரின் வசவுகள் ...
கட் அடித்து சினிமா சென்றோம்...
கேட்டால் காய்ச்சல் என்றோம்..
பாஸ் ஆனதை விட
நண்பனின் அரியரை கொண்டாடினோம்
அடுத்த வகுப்பில் நண்பர்கள் பிடித்தோம்
கேன்டீனில் காலம் கழித்தோம்...
கல்லூரியில் கால்படாத இடமே இல்லை
மூன்றாண்டு வாழ்க்கை
மூச்சு நிற்கும் வரை நினைவிலே

- ஹர்சவர்த்தினி துரைசாமி

நட்பும் காதலும்

வாழ்க்கை உயர உள்ளே சென்றான்,
வசந்த காலம் பிறக்கும் நினைப்பில்!
நட்பிற்கு ஈடு ஏதும் இல்லை,
பண்பிற்கு ஏற்ப நட்பை பெற்றான்!
காதல் அரும்பும் வயது அல்லவா,
கண்டதும் விழுந்தான் காதல் வலையில்!
தூதுவனாக நண்பன் செல்ல,
தூக்கம் தொலைந்தது காதல் தூதால்!
கண்கள் இரண்டும் காதல் பொங்க,
கள்வனை கண்டாள் காதல் தேவதை!
காதல் மலர்கள் மென்மையாய் மலர,
காற்றில் பறந்தது நட்பின் வாசம்!
அனைத்து நட்பும் தொடர்ந்தது உண்டோ?
அனைத்து காதலும் சேர்ந்தது உண்டோ?
நிரந்தரம் இல்லா உறவுகள் மத்தியில்,
நட்பும் காதலும் தொலைத்து நின்றான்!
கல்லூரி நாட்கள் மறந்து போக,
வாழ்வை வென்றான் தனி ஒருவனாக!

-ம.ஹரிசங்கர்

வாழ்க்கையின் வசந்தம்

வண்ணத்து பூச்சிகளாய்
வாலிப இதயங்கள்
வலம் வந்த பருவ காலம்
தாயாரின் சேலை கட்டி
அழகு பார்த்த இளமைக் காலம்
ஊமை காதலும், ஒருதலை காதலும்
போட்டியிட்ட பசலை காலம்
தேர்ந்த சிற்பியேனும் ஆசானுக்கு
செவிசாய்த்த ஆராய்ச்சிக் காலம்
அறுசுவை உணவுகளையும்
பகிர்ந்துண்ட நிலாக் காலம்
தயங்கியிருந்த நங்கையரும்
தயக்கமே இல்லாத நாயகரும்
கைகோர்த்த குளிர் காலம்
தேர்வுக்கு முந்தைய நாள்
புத்தகம் தேடிய கோடை காலம்
தோல்வியுற்றவனுக்கு ஆறுதல்,
கலங்கியவனுக்கு தேறுதல்
கூறிய கார் காலம்
கன மழையில் காகித கப்பல் விட்டு

களிப்புற்ற காலம்
நிழலுக்கும் நிஜத்திற்கும் இடையில்
விடியலை தேடி காத்திருந்த காலம்
கானல் நீராய், கதையாய், கற்பனையாய்,
கண்ணீரில் கரைந்த இலையுதிர் காலம்
என்றுமே மறக்கமுடியாத கல்லூரிநாட்கள்
வாழ்வின் வசந்த காலம் ...

-முனைவர் ரா. அபிலாஷா

அவளைக் கண்டேன்

குயிலின் இனிமையை
அவள் குரலில் கண்டேன்
மயிலின் நளினத்தை
அவள் நடையில் கண்டேன்
வசந்த தென்றலை
அவள் மூச்சில் கண்டேன்
மலரின் மணத்தை
அவள் கூந்தலில் கண்டேன்
தமிழின் புலமையை
அவள் பேச்சில் கண்டேன்
இரவின் அழகை
அவள் விழியில் கண்டேன்
கடலின் ஆழத்தை
அவள் அன்பில் கண்டேன்
தாயின் அரவணைப்பை
அவளிடம் அழகாய் கண்டேன்
மதியின் அழகு
அவள் முகத்தில் கண்டேன்
சூரியனின் வெப்பத்தை
அவள் கோபத்தில் கண்டேன்
கமலத்தின் மென்மையை
அவள் இரு கரங்களில் கண்டேன்
அவளை கண்டேன் கல்லூரியில்
அன்றே கலந்தாள் என் உயிரில்
விண்ணிலிருந்து மண்ணிற்கு வந்த
அழகு தேவதை ரதி தா

--அபினேஷ்

கல்லூரி காலம்

அது ஒரு காலம் அது
பள்ளிச்சாலை முடித்து
கல்லூரிச்சாலையில் தடம்பதித்த காலமது...
எண்ணத்தில் வறுமை இல்லாமலும்
எதிர்காலம் என்ற ஏக்கம் இல்லாமலும்
சுற்றித் திரிந்த காலமது..
மடந்தைகளின் வாசமும்
விடலைகளின் தேடலும் நிறைந்த காலமது...
நட்பு என்ற உலகத்தின்
உச்சத்தை காட்டிய அழகான காலமது....
காதல் என்ற சுவாசத்தை
முதன்முறை முகர்ந்த காலமது...
நான் அதிகமாய் சிரித்த காலமது...
என் உடல் அதிகமாய் பூரித்த காலமது...
என்னை மனிதனாய் செதுக்கிய காலமது..
எப்படி சொல்வேன்
என் கல்லூரி காலத்தை..!

-Ambedkar k

க என்று துவங்கும் காதல்

க என்பதில் துவங்கியது
ஒரு தேடல்...
அத்தேடலின் முடிவு,
இக்கவிதை யின் ஆரம்பமாக இருந்தது..!
பலமுறை கற்பனையில் கலந்தது...
என் கனவில் கவி பாடியது..
அன்பின் கண்களை திறக்க செய்தது..!
அதில் என்னை மறந்து,
அதனை ரசிக்க செய்தது...
இறுதியில் நினைவுகளை
கடனாக விட்டுச் சென்று,
கண்ணீர்களை பரிசாக தந்தது...

- r.love..

மறக்க முடியாத இடம்

மழலை பருவத்தில் இருந்து
பருவ பருவத்திற்கு முதல் படி
கனவுகளுடன் நாட்கள் நகர்ந்தது
புது உறவுகளின் வருகையால்
இன்பம் நெஞ்சு அடைக்க
துவண்ட போது என்னை அணைத்தால்
எந்தன் தோழி
ஆண் நண்பன் என்று ஒருவன்
உதிர்ந்த தருணம் மகிழ்ச்சி நிறைந்தது
அண்ணன் இல்லையே
என்ற கூறை தீர்த்தவன்
பாசத்துக்கு பஞ்சமில்லை
சண்டை இல்லாத நாட்கள் இல்லை
நெஞ்சுக்குள் வஞ்சகம் இல்லை
அந்த நாட்கள் விலகுவதை ஏற்கமுடியவில்லை
தோளில் கைபோட அருகில் ஒருத்தி
தோள் சாயந்து
கதைகள் பேசிய நாட்கள்
கனவுகளை நினைவாக்க கிடைத்த இடம்
துன்பம் தீர
உறவுகள் தந்த இடம்
காதல் தோன்றிய இடம்
என் வாழ்வில்
நான் மறக்க முடியாத இடம்
எந்தன் கல்லூரி நாட்கள்.....

-

- Breshma Murugan

காணல் நீராய் நினைவுகள்

கை அசைத்து விடைபெற்ற
அப்பாவின் நினைவோடு இருந்த நாள்
கண்களின் ஓரத்தில் கண்ணீர் ஈரத்தோடு
காதல் கொண்ட
கல்லூரியின் முதல் நாளுக்காக காத்திருந்த
அந்த இரவு
புது சூழல் புது அனுபவம்
புது முகங்கள் புது உடைகள்
என புதுமைகள் பூத்து குலுங்கும்
நந்தவனத்தில்
நானும் பூத்து குலுங்கிய நாள்
உறக்கம் பல மறந்து
சிற்றுண்டி பல துறந்து
ஒற்றை விழுக்காட்டிற்காக
ஓராயிரம் முகங்களை ஓரங்கட்டிய படியே
ஓடியே நாட்கள்
ஓர் தட்டு ஓர் கை என
தொடங்கிய நாள்
ஓர் தட்டு பல கை
என மாறிய நாள்
உன்னத வார்த்தைகள் சொல்லி
அறிமுகம் ஆன நாள்
உரிமையோடு தகாத வார்த்தைகளை சொல்லி

உறவாய் உணர்வாய்
கதை பேசிய நாள்
புத்தகம் ஏந்தாமல் புன்னகையை ஏந்தி
சென்ற பல நாள்
நுனி புல்லாய் மேய்ந்து
படித்த ஒரு சில நாள்
இன்பத்தில் கடந்த பல நாள்
துன்பத்தில் குடித்த சில நாள்
என கனவுகள் ஆயிரம் இருந்தும்
கவலையில்லாமல் ஒன்றினைந்து இருந்த நாள்
எல்லாம் ஓர் நாள்
ஒன்றில்லாமல் போனதே
ஓர் நாள் ஒன்றில்லாமல் போன
கல்லூரி கால நிகழ்வுகள்
யாவுமே காணல் நீராய்
என் கண் முன்னே
தினம் தினம்.

நினைவுகள்

துவக்கம் அறியாத பகல்
தூக்கம் அறியாத இரவு
நேரம் தெரியாத உணவு
உரிமையாளர் அறியாத ஆடைகள்
கடத்தப்படும் காலணிகள்
நடப்படும் குச்சிகள்
பொறுக்கி போட்ட பந்துகள்
ஓர் தட்டில் ஓராயிரம் கைகள்
தேர்வெழுதும் நேரங்களில் விடைகளை
கைப்பேசியில் தேடிய நொடிகள்
பல எண்களை சொல்லும்
ஓர் குரல்
எண்ணங்கள் ஒன்றான சொந்தங்கள்
ஆனந்தத்தின் எல்லை தெரியாத நொடிகள்
முந்தி சென்ற காலங்களால்
முயல் வேகத்தில் நகர்ந்த நான்காண்டு
நிகழ்வுகள் பிரிய மாட்டோம் என்று
சொல்லியே பிரியா மடல்
எழுதி கொடுத்தோம்
பிரிந்த நொடிகளை
மீண்டும் தேடிய படியே
கைப்பேசியை தேடி செல்லுகிறது
மனம் புன்னகைத்த நாட்களை
பிடித்து வைக்கப்பட்ட
புகைப்படங்களின் வழியில் காண

எனது பயணம்

இடையில் தொடங்கிய
ஓர் பயணம்
இடைவெளி ஏதும் இல்லா பயணம்
எனது இறுதியில் மட்டுமே
முடியும் பயணம்
அதுவே உன்னோடு
நான் கொண்ட பயணம்
என்னோடு வா
எனது வீடு வரை அல்ல
என்னை இடும் காடு வரைக்கும்
உயிரில்லா என் உருவத்தின்
நிழல் ஆகவும்
என் நண்பன் ஆகவும்
என்னை தொடரும் உனக்கு
எனது அன்பின் வரிகள் என்னவோ
உறவு அல்ல அடா
நீ என் உயிர் அடா.

மீண்டும் ஓர் தேடல்

தோள் கொடுக்கும் தோழன் ஐ
தேடித் திரிந்து
முகம் அறியாத முகங்களோடு
தொடங்கிய முதற் பயணம்.
ஆதியில் உனது எனது
அந்தியில் நமது நமது
என சொல்ல அடிபோட்ட
ஓர் பயணம்.
எதுவும் தெரியாத
புரியாத வகுப்பறையில் புதையுண்ட
நான்காண்டு பயணம்
இதுவே எந்தன் கல்லூரி பயணம்.
விரல் நீட்டி
அறிமுகம் சொல்லி தொடங்கிய பயணம்
இப்போ விரல் பதித்து விடைபெறுகிறது.
தொடங்கிய பயண நினைவுகளை
தொலைக்க துவங்கிய நாளில்
மீண்டும் தொடங்குகிறது.
மீண்டும் ஓர் சந்திப்பிற்கான தேடல்

நண்பன்

வெவ்வேறு அறைகளில் பூத்தன
பூத்தவை யாவும்
ஓர் அறையில் சேர்ந்தன
சேர்ந்திருந்த வருடங்கள் யாவும்
நொடிகள் ஆகின
நொடிகள் யாவும்
நொடி பொழுதில் ஓடின
ஓடின நொடிகளை ஓயாமல் தேடினேன்
தேடலின் முடிவில் தெரிந்தன
நம் ஆடைகளின் வண்ணம்
என்னவோ பலவாயினும்
எண்ணம் என்னவோ ஒன்றாயின
என ஒன்றான எண்ணம்
என்னவோ என் நண்பன் என
நீ ஆகினாய் என்பதே

- **Chellaperumal R**

வாழ்க்கையின் வலிமை

துருப் பிடித்தக் கம்பிகள்
கல்லூரியின் காலத்தைச் சொல்லும்
தூசிப் படிந்த புத்தகங்கள்
படிப்பின் பெருமையைச் சொல்லும்
ஒரு கவளம் சோறு இல்லை
என்று ஒரு போதும் ஏங்கியதில்லை
ஞாபக வளையங்கள் ஞாயிறாய்
என்னை வட்டமிட என் எண்ணமோ
என் நண்பர்களைத் திங்களாய் சுற்றுகிறது...
புயல் என வந்து
என்னைப் புரட்டிப் போட்டதுடன்
புன்னகையுடன் சேர்ந்த புதுமையைப் புகுத்தினாய்
இனி இந்த பரணியில்
நட்பின் காவியத்தை இயற்ற
இன்னொரு கல்லூரிப் பிறக்கப்போவதில்லை

- Elakiya Elango

கல்லூரி காதல்

உன்னை முதலில் கண்டதும்
என்னை முழுதும் தொலைத்தேன் ...
மனதில் ஆசைகள் பல
தயக்கங்கள் சில ...
தோன்றின ஆயிரம் வினாக்கள்...
அறிந்தேன் அனைத்திற்கும் விடையை
உன் சிறு புன்னகையில்...
உன் வாழ்வில் என்றும்
அழிவில்லா குறையாத அன்புடன் நான்...
தாயாக தலை கோத சில நாள்
சேயாக மடி சாய பல நாள்...
நீ என் மீது கொண்ட அன்பை
உன் கண்கள் உணர்த்தின
அதை புதைக்க தயகத்தில் நீ
மயக்கத்தில் நான் .....
என் அன்பென்னும் வழியில்
உன் அழிவில்லா புன்னகை மலர்கள்
பூத்து குலுங்க உன் கரம்சேர
ஏங்கும் என் மனம்...
உன் அனைத்து விடையில்லா
புதிர்களுக்கும் விடையாக நான்...
நீ என்னிடம் சிரம் சாய்ந்து...

கரம் கோர்க்கும் நாட்கள்...
என் மனம் என்னும்
தோட்டம் முழுவதும்
உன் புன்னகை மலர்கலால்
மணம் வீசும் நாளை எண்ணி
காத்திருக்கும் உன் அன்பு நான்......

- K.Eswari

என்னை தேர்ந்தெடுத்த கல்லூரிக்கு எந்தன் வார்த்தை

நினைத்தது எதுவும் கிடைத்திடாது
என்று வாழ்வே உணர்த்தும்
முதல் தருணம்
நான் விண்ணப்பித்த கல்லூரிகள்
என்னை ஒதுக்க
நீயோ தேடி வந்து
என்னை அரவணைக்க
பாடம் படிக்க நினைத்த போது
என்னை படிக்க கற்றுக் கொடுத்தாய்
எனக்கு என்ன தெரியும் என்று
என் கண்ணின் முன்னே
தேடி எடுத்தாய்
நட்பை கற்க நினைத்த எனக்கோ
நண்பர் பட்டாளம் அள்ளி கொடுத்தாய்
ஆண்டுகள்
மூன்று நான்கு என்ற போதும்
ஆயுள் முழுதும் தூக்கி சுமக்க
ஆயிரம் லட்சம் நினைவுகள் தந்தாய்

- அன்புடன் காயத்ரி

பாடித் திரிந்த பறவைகள்

எதிர்பார்ப்புகள் ஏதுமின்றி
எதிர்பாலினம் அதன் மீதும்
மையல் கொண்ட மகிழ்வான பொழுதுகள் "
அழகாய் இருக்கிறாய்
"என்ற பொய் வார்த்தைக்கே
புன்னகை பூக்கும் உதடுகள்
எச்சில் செய்த பண்டங்களை
வெட்கமே இல்லாமல் யதார்த்தமாக
ஏற்றுக் கொள்ளும் உள்ளங்கள்
இடர்பாடுகளையும் , முரண்பாடுகளையும்
முட்டித் தள்ளி
சிக்கல்கள் அதனையும் சிக்கெடுத்த ,
ஆண்- பெண் சிநேகிதம்
கற்பனைகளில் வசப்படாத ஒன்று
கவிதைகளில் வர்ணிக்க முடியாத ஒன்று
மீண்டும் கிடைக்குமா ?
அந்த கல்லூரி நாட்கள்...

- Geetha raj

எங்களின் பிரிவு

பாராமுகமாய் அறிந்து கொண்டோம்...
பலகதைகள் பகிர்ந்து கொண்டோம்...
சிரிப்பினில் சிலிர்த்துக்கொண்டோம்..
அழுகையில் அணைத்துக்கொண்டோம்...
ஆண் பெண் எனப்பாராமல்
பாசத்தைப் பரிமாறிக் கொண்டோம்...
மதிய உணவில் முட்டிக் கொண்டோம்...
கணினி ஆய்வகத்தில்
கதை பேசுவதையே வாடிக்கையாக்கிக் கொண்டோம்...
கல்லூரி வளாகத்தைச் சுற்றுவதையே
பொழுதுபோக்காக்கிக் கொண்டோம்...
உணவகத்தில் அடித்துப் பிடித்து
வாங்கி உண்பதிலேயே சுகம் கண்டோம்...
கல்லூரி வாகனத்தில் பாட்டு கேட்க
அனுமதி வாங்கியே அலைக்கழிந்தோம்...
பலவேறு உடலாய் பிரிந்திருந்தாலும்
மனதால் இணைந்துவிட்டோம்...
பிரியாவிடை கொடுக்காமலேயே பிரிந்துவிட்டோம்
கொரனாவின் தாக்கத்தில்...!!

-Goushika Thirumoorthi A T

கல்லூரி பயணம்

விரும்பி ஏற்றுக்கொண்ட அழகான பயணம்...
சண்டைகள் அதிகம் இல்லை
சம்பாஷணைகள் அதிகம் இல்லை
இருந்தாலும் விட்டு கொடுத்ததில்லை
என் நட்புறவுகள்...
பாசப்ப
க்குளிரை விரட்டியடித்து
நேசக்கரத்தால் துன்பம் துடைத்தவர்கள்
என் கல்லூரி நட்புறகள்....
அரவணைப்பாலும் அன்பாலும்
எனை ஆள வந்த
அரக்க கூட்டங்கள்
வாழும் அரண்மனை என் கல்லூரி...
சலித்துப் போன சண்டைகள்
அலப்பறைகளோடு எடுத்துக் கொண்ட
பிறந்த நாள் செல்பிகள்...
வகுப்பிற்கு செல்லாமல் சுற்றி சுற்றி
ஏமாற்றி திரிந்த சுட்டித்தனங்கள்...
வழியில் சந்தித்த வியப்பூட்டும் இடர்கள்...
கூட்டாய் சேர்ந்து அலங்கரித்த
குடியரசு தினங்கள்...
கல்லூரியிலுள்ள அனைத்து கதவுகளும்
எங்களின் கதைகளை இன்றும்
கேட்டுக் கொண்டிருக்கும் !

- பி.ஜெயமாலினி

உணர்ந்த நான்..!

நாளு சுவரில் தான் வாழ்க்கை
தினம்தோறும் காலையில் இட்லியும்,
மதியம் சோறு, இரவு உப்புமா
இவையெல்லாம் தான்
சுவையான உணவு என்று நினைத்து
பள்ளி படிப்பை முடித்து விட்டு
கல்லூரி பயிலும் போது
பலர் நண்பர்களாய் கிடைத்தனர்
அதில் சிலர்
இது தான் அறுசுவையன உணவென்றும்
பலர் இது தான்
வாழ்க்கை என்றும் கற்றுக்கொடுத்தனர்
பின்னேரே வாழ்க்கையையும்,
அறுசுவை உணவையும்
என்னவென்று உணர்ந்தேன்..!

-    **K Kameshwaran**

கல்லூரி நட்பு

ஜாதி மதம் பார்த்தது இல்லை
ஜனனம் அது
எங்களுக்கு ஒன்றும் இல்லை
மரணம் வரை நாங்கள் வேறில்லை
மதம் அது தடை இல்லை
ஒரு இலையயில் பத்துபேரு
யாருக்கும் பத்தாது
ஆனால் இது எப்போதும் மாறாது
எந்த எதிர்பார்ப்பும் இல்லாமல்
என் எதிரியை எதிர்ப்பான்
எனக்காக துடிப்பான்
உறவுகள் இல்லாமல் உயிர் அதுவுண்டு
நட்பு அதுகூட இல்லாமல் இருப்பவன்
அவனுக்கு உயிர்
அதுகூட இல்லை

- Karpagavalli k

நட்பே துணை..!

பன்னிரண்டாம் வகுப்பு முடித்துவிட்டு
கல்லூரிக்குள் காலடி எடுத்துவைத்தேன்!
பார்த்த முதல்நாளே
பத்து வருடம் பழகியது போல் பலஉறவுகள்!
மாமா, மச்சி சொல்லிலே உறவானோம்!
காலேஜ் கட்டிடித்து கலாட்டா செய்தோம்!
சண்டைகள் ஆயிரம் இருப்பினும்
பிறரிடம் விட்டு கொடுக்கமாட்டோம்!
சைட்டு அடிப்பதற்கு விட்டு செல்லமாட்டோம்!
எமக்காக எதையும் விட்டு கொடுத்தவர்கள்!
பறுட்சையில் பிட்டு கொடுத்தார்கள்!
அமைதியான அரட்டைகளுக்கும்!
அரைத் தூக்கத்திற்கும்! கடைசி பென்ச்!
கவலைகள் கலைழந்துபோகும்
இவர்கள் மத்தியில்!
கனவுகள் நனவாகும் இவர்கள் துணையில்!
நட்பே துணை...!

- By Lovely girl PKS

மறந்து போகாத தடயங்கள்

பள்ளியில் லாஸ்ட் பெஞ்சில்
தூங்கிய எனக்கு,
கொரோன கொடுத்த வரம்
கல்லூரியில் ஆன்லைன் வகுப்பு
கொரோனா முடிந்ததும் கல்லூரிக்கு போனேன்...
பெயர் தெரியாத நபர்களுக்கு
அறிமுகம் ஆனேன்..
அன்பை மட்டுமே கொடுத்தேன்
உயிர் தருகின்ற நண்பர்கள் ஆகினர்..
வீடியோ காலில் நெட்டையாக
தெரிந்த நண்பர்கள் கூட
நேரில் குட்டையாக இருந்தனர்
பூக்களை மொய்க்கும் பட்டாம்பூச்சிகளைப் போலவே
சுடிதாரில் மயக்கும் தேவதைகள்...
விடுமுறை நாட்களில் நாங்கள்
சுத்தாத இடங்களே இல்லை ..
சைட் அடிக்காத நாட்களே இல்லை..
ஹாஸ்டல் ஆல மரத்தின் அடியில்
இரண்டு நாய் குட்டிகள்..
அம்மா மட்டும் தான் இல்லை
ஆனால் அனாதை இல்லை..
இரவில் காயும் நிலவை போலவே
இன்பத்தின் தோலில் சாய்ந்த
நிமிடங்கள் அது...

-த. கவின்குமார்

நினைவலைகள்!

அறியாத முகங்களாய்,
கண்ட நாள் முதல்,
நட்பென்னும் கூட்டில் நுழைந்து,
இன்பமும் துன்பமும் கலந்த
நினைவுகளை படைத்து,
சுதந்திரப் பறவையாய்ப் பறந்து சென்றோம்!
என்றும் மறக்காத நாட்களை,
எண்ணிச் சிரித்த நாட்களில்,
மீண்டும் இவைகள் கிடைத்திட வேண்டி,
தவித்த நாட்களும் எண்ணில் அடங்கா!
அந்த கல்லூரி நாட்கள்!!!

-S.R. Kavi kutty

நட்பே பெரியது

ஏழு தேனீக்களின் புன்னகை
தவழும் முகமோடு தொடங்கி....
அறியா முகங்கள் எல்லாம்
அறிந்தவையாய் மாறி....
பல இன்னல்கள், விழாக்கள்,
அரட்டைகள், சண்டைகள், பிறந்தநாள் குதூகலங்கள்,
சுற்றுலாக்கள், மாயைகள், விளையாட்டுகள், கேண்டீன்
கூத்துக்கள், பாத்ரூம் சேட்டைகள், உணவகங்கள்
என்று நிறைய நினைவுகளை,
சந்தோஷங்களை கொடுத்த
அந்த நாட்கள்... மறவாதவை..!!!
எதிர்பாரா நேரத்தில்...
கொடுப்பவர்கள் அமைந்தாலே...
சொர்க்க நாட்களே...!!அந்நாட்கள்...
இன்பமே இம்சைகளாய் கொடுத்து...
காதலுக்கு முன் நட்பே பெரியது!!
என உணர்த்தியது அந்நாட்கள்..!!!

-கிருத்திகா முத்துசாமி

தொலைவில் என்னவள்....

தொலை தூரத்தில் நீ!
மைல் கல்லில் நான்-[இருந்தும்]
என், அசைவுகளோ !
உன் விரல் நுணியில் மகிழ்வுகளோ !
உன் மனக் கருவில்,
தடம் மாறவோ,
நீ வதம் செய்கிறாய்!
களிப்புகள் ஏராளம்
கைப்பேசியில் அடக்கம்...
சந்திப்புகள் ஒருநூறு
நியாபகங்கள் பலநூறு !
உந்தன் குருஞ்செய்தி படிக்கிறேன்-[என்னை]
அறியாமல் காதினிலே உன் வார்த்தைகள்!
கோழை ஆகிறேன்
உந்தன் கோபத்தின்வார்த்தைகளால்!
தாபங்கள் களைக்கிறேன்
உந்தன் பாசத்தின்ஏடுகளால்!
நினைவுகளில் தாவுகிறேன் என்றும்
உன் குரங்காகவே !!!...

-நா.கிஷோர் ராஜன்

நட்பு

கல்லூரியின் முதல் நாளில்
முகவரி தெரியாமல் மலர்ந்த நட்பே
உணவுகளை பறிமாறிக் கொண்ட நேரங்கள்
சோகத்தில் இன்பத்தை தரும் இசையாக,
தூங்கி வழியும் வகுப்பறைகள்
சிறு சண்டைகள் பெரிய சமாதானங்கள்,
ஆசிரியரின் அரவனைப்புகள் ஏன்
இந்த கல்லூரி என்று நினைத்த
முதல் நாள் எனது கல்லூரி
என்று சொல்லும் இறுதி நாள்,
நாட்கள் ஒளியின் திசைவேகத்தில்
ஓடினும் நம் "நட்பு" மட்டும்
மாறிலியாக இருக்கட்டும்.

- s.kowsalya

கல்லூரி காதல்

ஈராண்டு கழிந்த பின்னும்
நினைவில் மணக்குது
எம் கல்லூரியின் வாசம்.
மரம் சூழ அதன் மணம்
சூழ அடடா!
நடையெல்லாம் நிழலடியில்
நான் மட்டும் என் நண்பன்
கைப்பிடியில் சிரித்து சிலிர்த்து
அழுது அரவணைத்து நட்பு
நன்னெறியில் நடுநிசிவரை
நண்பர்களுடன் கைபேசியில் கதைத்தும்
காலை வகுப்பில் மீண்டும் பேச
ஆயிரம் வார்த்தைகள் அலைமோதும்
விடுமுறையை அன்று விடுதலையாய்
நினைத்த எங்களுக்கு விட்டு
வெளியேறிய வலி இன்று
விண்ணளவு பெருகுதே
பெருங்காதல் கொண்டுவிட்டோம்போல்
எங்கள் கல்லூரியின் மேல்!

- மதுமிதா ராஜ்மனோகர்

எம் வசந்தகால பயணம்

சின்னஞ்சிறு இலைகளாய்
சிறியதொரு கிளைகளாய்
அன்று நாங்களும் இவ்
ஆலமரத்தில் துளிர்விட்டோம்!!
வாழும் வீடாய், வாழ்வின் வசந்தமாய்
மாறிய எம் வகுப்பறை நாட்கள்!
எடுத்து வந்த உணவோ ஒரு வகை ;
பிடிங்கி உண்ட உணவோ பல வகை;
ஆண் பெண் பாலினம் மறந்தே
ஆனந்தமாய் நாள் கடந்தோம்..!
கல்வித்தேனை பருகவந்த
வண்டினங்களாய் கால்பதித்த
வெகுநாட்களும் அன்று
வெகுவிரைவாய் சென்றுவிட்டதேனோ?
ஆயிரத்திற்கும் மேற்பட்ட
அழகான நினைவுகளும்
உணர்வுகளால் முடிவடைந்து
நினைவுகளால் தொடர்வதேனோ...!
காலத்தின் சுழற்சியால்
கண்ணீரும் வர
விழியோர விழிநீரும்
மனதோர பிரியாவிடையும் கொண்டு
நாங்களும் அன்று விடைபெற முடியாமல்
விடைகொடுத்தோம் எங்களின் வருகைக்கு!!

-Maithili Shanmugasundaram

பொன்னான நாட்கள்

பள்ளி நட்பில் குழந்தைத்தனமாய்
கல்லூரி நட்பில் குதுகலமாய் பயணித்திருப்போம்
நம்மில் பலர்
மூன்று ஆண்டுகள் உள்ளதேன்று தொடங்கி
மூன்று நிமிடங்கலாய் போனதேன் கல்லூரியின்
பொன்னான நாட்கள்
முதல் நடன நிகழ்வில்
எந்தன் சிகை அலங்கார பொருளை
தொலைந்ததறிந்து தோழி
தன் நாடக காட்சி முடிந்தவுடன்
எனக்கு சூட்டி ஊக்கப்படுத்திய
நட்பின் பெயர் மனிதம்
நம் இதயத்தில் கால்தடங்களை
பதித்து எதிர்காலத்தின்
நல்வழிதடங்களை வழிவகுத்தவர்கள்
கள்ளம் கபடமற்ற சிரிப்புள்ளம் கொண்ட
கல்லூரி தோழிகள் என்றும்
மனதுக்கினியவர்கள்...

– மல்லி

கல்லூரி காதல்

கனா காணும் காலங்களில்
காலங்களை கனவுகளாக்கிய
கல்லூரி காதல்
நான்கு ஆண்டு பயணங்கள்
நான்கு வரிகளில் அடங்கிடுமோ
அருகில் இருக்கும் நொடிகளெல்லாம்
கவிதைகளாய் இருக்க
சிறு கவிதைகளில்
அடங்கா காவியம் அது
அக்காவியங்களில் சில தொல்காப்பியங்களாய்
சில தொல்லை காப்பியங்களாய்
வாழ்வின் எல்லை வரை
வரும் பாசமும் நேசமும்
அளவில்லாமல் தந்த அந்த நாட்கள்
மீண்டும் வருமோ....

-Mathesh

நினைவுகளும் பேசும்

பருவ வயதில் பக்குவம் அறியாது
பகிர்ந்து உண்ண பாகுபாடு இல்லாத
சமமாக சந்தோஷமாக
வான் நிலா வாடாத வாலிபத்தில்,
அலங்கரிக்கும் உடையும்
அணிவகுக்கும் பெண்கள் பின் படையும்,
ஒற்றை முடி காதோரம்
சிறு புன்னகை இதழோரம்,
இருசக்கர வாகனமும் இழுத்து செல்லும்
இமை நொடிக்கும் நேரத்தில்,
வகுப்புகள் செல்லாது
வீணடிக்கும் வீண் பேச்சில்,
திரைப்படம் காத்திருக்கும் திரையரங்கில்,
சுற்றுலா செல்ல சுறுசுறுப்பும்
தோல் கொடுக்க நட்பு இருப்பும்
கஷ்டமும் கரைந்தது கல்லூரி நாட்களிலே...

- மு.முஹம்மது உமைர்

என் நினைவு

வெறும் வெற்றுப் பாறையாக
கல்லூரிக்குள் நுழைந்த என்னை
சிலையாக செதுக்கிய சிற்பி ஆனாயே
எண்ணற்ற பெருமையும் புகழும்
பெற்றுத் தந்தாயே.
பலதாய்களின் பாசம், நேசம்,
படிப்பு, சேர்த்து ஒவ்வொரு நாளும்
ஊட்டி வளர்த்தாயே
தாயே உன் காலடியிலே வளர
எங்கள் உணர்வுகள் கலந்த
ஒரு செடிக்கு உயிர் கொடுத்து
உன் சன்னிதியில்
நட்டு வைத்து சென்றிருக்கிறேன்
மரத்திலிருந்து உதிர்ந்து
உன் பாதத்தில் சேரும்
ஒவ்வொரு இலையும் இன்னும் நாங்கள்
உன்னோடு தான் வாழ்கிறோமென்கிற
நினைவுகளை ஞாபகப்படுத்தி கொண்டே
இருக்கட்டும் என் கல்லூரியே....

-Vinayaga Monika

ஏழையின் கல்லூரி காதல்...!

அறிமுகம் இல்லை
எதிர்பார்ப்பும் இல்லை
கந்தலனா உடை அணிந்தும்
கற்பனைக்கு குறைவில்லை
நாளும் கிழமையும் நேரம்பார்த்து
பயணமும் சென்றதில்லை...!
துளியளவும் துவண்டு போனதில்லை
நாளை பொழுதை எண்ணி,
கனவுகள் நிறைவேறியதோ இல்லையோ
கற்பனைகளுக்கு எல்லை என்று ஒன்று இல்லை...!
இந்த நொடி இந்த நிமிடம்
இன்னும் எத்தனை நாட்களுக்கு...!
இருப்பினும் ஏதோ ஒன்றை பிரிந்துவிட்ட உணர்வு...!
தாயோ அடுபரையுள்
தந்தையோ நோயின் பிடியில்
தங்கையோ பசியில்
தம்பியோ மழலையாக வீட்டில்
வலியுடன் நாட்களும் நகர
காதல் ஒன்று இடையில் கவனம் ஈர்த்தது
அது காணல் என்று அறியாமல் கற்பனையும் நீண்டது
அது புலவனை கொடுத்துவிட்டு புலம்ப விட்டு சென்றது...!
வீணாய் ஏழைக்கு காதல் என்ன...?
கண்ணீர் கன்னம் தொட்டது
கன்னி அவளும் கற்பனையை தந்து
காயங்களை சுவடாக்கி சென்றால்...!!
கல்லூரி வாழ்க்கை முடிந்ததும்

Murugan S

அந்த நாட்கள்...

விலையில்லா மகிழ்ச்சியும்,
கலையில் வளர்ச்சியும்,
அடைந்தது அந்த நாட்கள்..
கவலையை மறந்தும் கூட
நினைக்க வைத்திராத அந்த நாட்கள்...
முதல் காதல்,
வெட்கத்துடன் கொடுத்த முதல் முத்தம்,
நிகழ்ந்ததும் அந்த நாட்கள்..
நண்பனுடன் சிறு சண்டையும்,
நண்பனுக்காக நடந்த பெரிய சண்டையும்!
நினைத்தாலும் சிரிப்பை தரும்
அந்த நாட்கள் கூற வரும்போதும்,
நினைவுகூரும் போதும்
கலங்க வைப்பதும் அந்த நாட்கள்...
என்றும் நினைவுகளில் மறந்தும் கூட மறக்க
நினைத்திராத அந்த நாட்கள்...
அந்த கல்லூரி நாட்கள்.

- **Poonthamil prabu s**

அற்புதமான உறவுகள்

அறிமுகமில்லாமல் பார்த்துக் கொண்டோம்....!!!!!!!
ஒருவரை ஒருவர் அறியாவண்ணம் பழகிக்கொண்டோம் ....!!!!!!!
பாசத்தை அளவிடா விதத்தில் பகிர்ந்து கொண்டோம்...!!!!!!
மதிய வேளையில் உணவினை பங்கிட்டு,,,,,
ஒரு சேர உண்டு மகிழ்ந்தோம்....!!!!!!
அணிகளாக பிரிந்து செல்ல சண்டையினால்;
இன்னும் நெருக்கமானோம்....
கல்வியை கணக்கிடா வண்ணம் கலந்துரைத்து;,,,
மதிப்பெண்களைப் பெற்று,,,
தேர்வில் வெற்றியடைந்தோம்.
இன்பத்தில் மட்டுமில்லாமல்,,,
துன்ப வேளையிலும் ,,,,
தோள் கொடுத்த உறவுகளை ,,
என் வாழ்வில் அளித்த
அந்த அற்புதமான கல்லூரி நாட்களை
நினைக்கையில் இன்றளவிலும்,,,,,
கண்களின் ஓரம் அன்புக் கண்ணீர் தேங்குகின்றன!!!!!

- A Poornima

கல்லூரி காதல்

விடியும் விடியலுக்கு முன்னே
உன்னை கல்லூரியில் காணவேண்டும்
என விழித்திருக்கிறது என் கண்கள்.....
அழகிய ஜடை பூவிதழாய்
உடுத்திய உன் சீருடை
இதற்கு இடையில் ஒளிந்திருக்கும்
உன் அழகை எடுத்துச்சொல்ல
உன் பெண்மை கண்ட
என் பேனா மை துடிக்கிறது.....
கல்லூரியின் நூலகமும்
உன்னை கண்டால் அமைதியின் மோகத்தை
உன் மௌன மொழி எனும்
தாகத்தை கொண்டு தீர்க்கிறது.....
அன்பே..!
வலி தரும் வலியை விட, உன் விழியை
காணாது வரும் வலியே என்னை
வர்ணிக்க முடியா வருத்தத்தில் வாட்டுகிறது
அதனால் விடுப்புக்கும் விடுப்பு கொடுக்காமல்
உன் விழியை காணவே
கல்லூரிக்கு வருகிறேன்....

- K.Praveenkumar

கல்லூரி வாழ்க்கை

விருப்பமின்றி நுழைந்த என்னையும்,
அதில் என்னை உயிராய் விரும்பும்
ஒருவரை தந்து...
என் காதலை எனக்கே உணர வைத்து...
உணர்ந்த அன்பில்
நான் உறைந்து போனபின்,...
விலக வேண்டிய விதியை விதித்து,
விலக விருப்பமின்றியும்
விதி என விலக வைக்கிறது
என் கல்லூரி வாழ்க்கை!!..
கல்லூரிக் காலத்தின் விதியையும் வென்று,
இன்றுவரை என்னை விட்டு
விலகிடாமல் தொடர்கிறது
உன் அன்பு!!...

- **M.Priya**

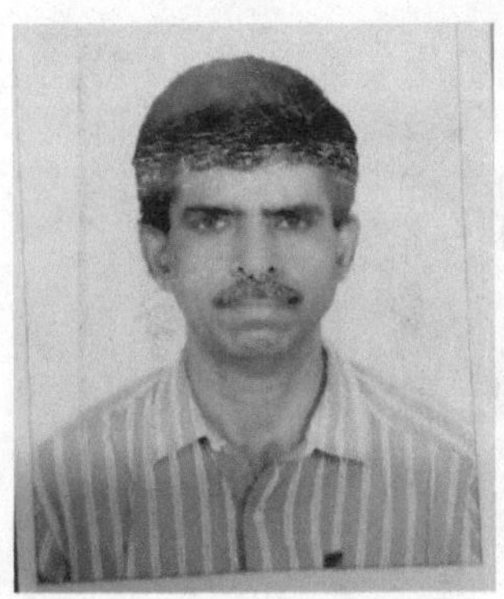

கல்லூரி காதல்

காதல் என்னும் நந்தவனத்தில்
கால் பதித்த பொழுது
பூவாய் மாறினேன்
தென்றல் என்னை வருடும் பொழுது
எனக்குள் எழுந்தது
காதலா!! காமமா !! புரியவில்லை !!
புத்தகங்கள் கூட
என் கண்களுக்கு சிறகடித்து பறக்கும்
வண்ணத்து பட்டாம் பூச்சியாய் மாறினேன் !!
உணர்வுகள் இழந்த நான்
என்னை மறந்த நான்
நந்தவனத்தில் என்னை தேடி கொண்டிருந்தேன்

- கா.ச.இராமகிருஷ்ணன்

கல்லூரி காதல்!

கல்லூரி வாழ்க்கையை நினைத்து
பெரிதும் வருந்தினேன்
எவ்வாறு போகும் என்று!
உன்னை கண்ட பின் என்னுள் இருந்த
மொத்த எண்ணமும் மாறியது!
எனது நினைப்பு அத்தனையும்
பொய் என்று ஆனது உன்னை காண்கையில்!
வகுப்பறையும் எனது தோழன் ஆனது
நீ என் அருகில் இருக்கையில்!
புத்தகம் ஒவ்வொன்றும் நினைவை ஊட்டியது
நம் இருவரின் காதல் பயணத்தை!
கல்லூரியின் ஒவ்வொரு இடமும்
நம் கால் தடத்தை உட்கொண்டு உள்ளது!
தேர்வின் காகிதத்தில் கூட உன் முகத்தை
எனக்குள் வடிவமைத்து உள்ளேன்!
எனக்கு பிடித்த புத்தகம் நீ
அதில் இருக்கும் அர்த்தமும் நீ!
நினைக்க நினைக்க இனிமை தரும்
கல்லூரி காதல் அளவற்ற கடல்!

-Ramiya.H

நம் கல்லூரி

பல ஜோடி இறக்கைகள்
ஒரு கூட்டில் குதூகலிக்கும்
பல வீட்டு கட்டுச்சோறு
எல்லோர் தட்டிலும் சங்கமிக்கும்
புன்னகை பூத்து குலுங்க
இளமையும் சேர்ந்து இயங்கும்
ஆச்சரிய குறியாய்(!)
நட்பு நம்மை அரவணைக்கும் காற்புள்ளியாய்(,)
காதலும் கடந்து போகும்
இந்த கலகலப்பு கோட்டையில்
கேண்டீனே இயங்குதளம்
காகிதமே ஏவுகணை மைதானம் சமர்க்களம்
அப்புறம் தொடரும் அமர்க்களம்......
வாலிபச் சுற்றுலாவில்
வண்ணநிலவுகள்
வந்திறங்கிய வாசல்கள்
நம் கல்லூரிகள்........

- **Ram Prakash D**

நட்பு

துவண்டு நிற்கும்போது
தூக்கி விட ஒரு உறவு
கண்ணீர் சிந்தும்போது
துடைத்து விட ஒரு பந்தம்
தடுக்கி விழும்போது
தாங்கிக்கொள்ள ஒரு நெஞ்சம்
வெற்றி காணும்போது
அதன் பாதியாய் ஒரு மனது
தோல்வி காணும்போது
தூக்கி விட ஒரு சொந்தம்
மகிழ்ச்சி கொள்ளும் போது
பகிர்வோடு ஒரு நெஞ்சம்
இடர்பாடுகளை ஏற்கும் போது
உறுதுணையாக ஒரு உறவு
பாசங்களை பரிமாறிக் கொள்ள
ஆணவமாய் ஒரு நேசம்
அனைத்தையும் ஆட்கொள்ள
அடங்கா மூன்றெழுத்து வடிவம் நட்பு
கல்லூரி ஆரம்பித்த நாட்களிலே தொடங்கி
அக்காலங்கள் முடிந்த பின்பும்
இன்றும் என்றும் மாறாத
ஓர் உறவாய்
அனைவரின் மனதிலும்
நீங்காமல் நிற்பது
அந்த கல்லூரி நாட்களிலே
தொடரப்பட்ட நட்பு

-Saritha A

கல்லூரி நினைவுகள்

காலம் கடந்தும் காயாத நினைவுகள்/
இளந்தென்றலாய் இன்னிசை மீட்ட/
ஓயாது உறைந்திருக்கும்/
ஓராயிரம் புன்னகையுடன்/
கரம்பிடித்த நண்பர்கள்/
கைகள் தாங்கிய தோள்கள் /
திருடி தின்ற உணவுகள் /
முறைத்து கொண்ட சண்டைகள் /
தயங்கி நின்ற ஆசிரியரின்அறை /
அலப்பறைகளுடன் கலைவிழா/
யாவும் ஓரிடத்தே சங்கமமாய்/
வண்ணமயமான நினைவுகள் /
வானவில்லாய் விரிய விரிய/
அகமும் புறமும் சேர்ந்தே மலர்ந்தது/
கல்லூரி நாட்களின் நினைவினிலே.!!

- அருள்மொழி காதலி'ஷர்மி'

சுகமான நாட்கள்

ஆயிரம் கனவுகளுடன்
அறியா முகங்களுக்கிடையில்
அந்நாள் உள் நுழைந்தேன்..!!
பின் நண்பர்களே நம் உயிர்
என்று மாறிய காலம் அது...!!
வெட்டிக் கதைகள் பேசி வாய்விட்டு சிரித்தோம்
அன்று ஒரு காலத்தில்...!!
எங்கள் காதில் விழவில்லை
ஆசிரியரின் அறிவுரை மட்டுமல்ல
அவர் நடத்திய பாடமும் தான்...!!
வகுப்புகளைப் புறக்கணித்து
வண்டிகளில் ஊர் சுற்றிய
பொன்னான காலம் அது...!!
கண்களை மறைக்கும் காதலும்
பிறந்தது கல்லூரி நாட்களில் தான்...!!
கைப்பேசியில் பேசிப் பேசி மகிழ்ந்து
வரலாறு காணாத கட்டணம் செலுத்திய காலம் அது...!!
உடல்கள் பிரிந்து சென்றாலும் உயிர்கள் பிரியா வரமாய்..!!
என்றும் சுமையான நினைவுகளும்
சுகமாய் அந்த கல்லூரி நாட்கள்...!!!

-E. Sivappriya

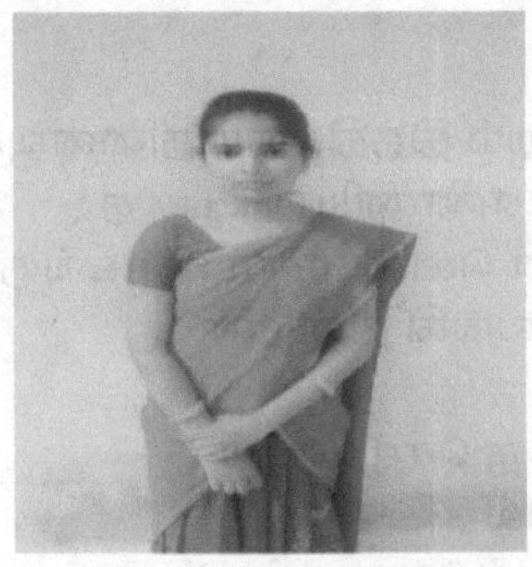

எங்கள் நட்பு

அலைகடலின் அலையாக
அளவிள்ளா நினைவுகள் தந்தது
என் கல்லூரி நாட்கள்;
முதல் நாள்
முதல் முத்தான நினைவுகள்
தந்த அற்புத காலம்;
வருடங்கள் நொடிகளான போதும் நொடிக்கொரு
நினைவுகள் தந்த அழகிய காலம்;
முதல் நாள் பழக்கத்திலேயே
முன் ஜென்ம உறவுகளோ
என நினைக்க வைத்த நட்புகள்;
எனது வாழ்க்கைப் படைப்பில் தோன்றிய
வண்ணக் காவியம் அது;
கோடி கோடியாய் கொடுத்தாலும்
திரும்ப கிடைக்காத
திரவியம் (பொக்கிஷம்) அது;
கல்லூரியோ, ஆசிரியர்களும்
சொந்தங்களாக பழகும் சொர்கமானது;
விடுதியோ, வீட்டை மறந்து
குடும்பமாக வாழ்ந்த இன்பச்சுரங்கமானது;
விடிய விடிய கதைப் பேசி
இரவுகளை வண்ணமயமாக்கினோம்;
கல்லூரி கொண்டாட்டங்களை

மனதில் என்றென்றும் தித்திக்கும் நினைவுகளாக்கினோம்;
பிரியாமல் தொடர எண்ணிய நட்புக்கு
கிடைத்த சோதனை கொரோனா ஊரடங்கு;
மரம் செடிகளும் கலங்கி நின்றன
எங்கள் பிரிவில்;
மீண்டும் கல்லூரிக்கு செல்வோம்
என்ற நம்பிக்கையில்
கான்ஃபரன்ஸ் காலில்தொடரும் நட்பு;
துன்பம் என்னும் இருளிலும்
பௌர்ணமியாக ஒளிரும்
கல்லூரி நாட்களின் நினைவுகள்;
உதிரும் மலராகாமல் மலரும் செடியாக
தொடரும் எங்கள் நட்பு.....

- Tharani.M

நண்பா

கல்லூரியில் சேர்ந்த நாள் முதல்
கடைசி பெஞ்சை நமக்கே சொந்தமாக்கினோம்...!
வருடங்கள் ஓடின,
வகுப்புகள் மாறின இருப்பினும்,
வறட்சியேயில்லை நம் நட்பெனும் காட்டில்..!
தேர்வில் தோல்வி உனக்கானாலும்,
தேர்ச்சி பெறாத என்னைக்கண்டு
சிரிப்பாய் கேலியாக...!
இறுதி ஆண்டும் வந்தது,
நம் பிரிவை எண்ணி இதயத்தில்
கவலையும் சூழ்ந்தது...!
மாரத்தான் போல ஓடி
ஒருவழியாக கல்லூரியில்
மதிப்பெண்ணும் நன்கு பெற்று,
மதிப்பான வேலையும் பெற்றோம்...!
வாழ்க்கை ஓட்டத்தில் வழிமாறி பிரிந்தோம்,
வழியில் சந்தித்தோம் திடீரென ஒருநாள்...!
நம்மை பார்க்கின்றவர் கண்களுக்கு
நீ ஆண் நான் பெண்
நம் கண்களுக்கு என்றும்
நீ என் நண்பன்
நான் உன் தோழி...!
விடுபட்ட நம் கல்லூரி நட்பின்
அடுத்த அத்தியாயத்தை தொடர்வோம் வா...!

- Thamilarasi.V

என் துணை

ஒருவருக்கொருவர்
அறிமுகமில்லாத முதல்நாள்,
நாம் இருவரும் அருகருகில் அமர்ந்ததால்
அறிமுகமானோமோ? இல்லை...,
நாம் அறிமுகமாவதற்காக
அருகருகில் அமர்ந்தோமோ?
மறுநாள் முதல், நீ எங்கு அமர்ந்தாலும் அங்கு
உன்னருகில் அமர நெஞ்சம் துடிக்கும்.
தோழமை பலரிருந்தும்
துணையாக என்னருகே இருந்தவன்(ள்) நீ!
நீ எடுக்கும் விடுப்பு நாட்கள்
என்னருகே வெற்றிடமாய் அமைய, நீயின்றி நான் தவிர்த்த
அந்த நீண்டப்பொழுதுகளில் (நாட்களில்)
என் இடமும் வெற்றிடமாய் அமைந்திருக்கலாம்.
வகுப்பு விடுப்பு எடுத்து நாம் கண்ட திரைப்படக் காட்சிகள்
எல்லாம் உன்னருகினிலே,
மதிய வேளையில் உணவு பரிமாற்றி
உண்டதாவும் உன் அருகினிலே,
இவ்வாறு அருகருகில் அமர்ந்த நாட்கள் இப்போது
நம் அருகினில்லாது கடந்துபோனதேனோ...?

- தமிழ்ச்சரம்

என் கல்லூரி பயணம்

கல்லூரில படிக்கறப்போ நிறைய
கனவுகள் இருந்திருக்கும்.எனக்கும் இருந்தது.
என் கல்லூரியின் ஒவ்வொரு நாளும்
நான் நினைத்தது போல தான் இருந்தது.
நான் பாடசாலை ல படிச்சிட்டு இருந்தபோது
எனக்கு நிறைய நண்பர்களெல்லாம் இல்ல.
எனக்கு இருந்த ஒரு நண்பன் சக்தி...நான் கல்லூரிக்கு
வந்த பிறகு நிறைய நண்பர்கள் கிடைச்சாங்க.
சக்தியும் நானும் ஒரே கல்லூரியில சேர்ந்தோம்.
என் கல்லூரி நாட்கள் மொத்தமா அனுபவிக்கறதுக்கு
முன்னாடியே ஊரடங்கு போட்டுடாங்க.
இப்ப ஆன்லைன் மூலமா வகுப்பு நடத்தினாலும் கல்லூரி
நாட்களை எண்ணி ரொம்பவும் ஏங்கிட்டுதான் இருக்கேன்.
நான் கல்லூரில இருந்தபோது எனக்குக்
கிடைச்ச ஒரு அனுபவத்தை எப்பவும் மறக்க முடியாது.
நானும் சக்தியும் சின்ன வயசில
இருந்து ஒன்னாத படிச்சிட்டு வரோம்.
அவனுக்கு என்னைப் பற்றி எல்லாமே தெரியும்.
நான் எப்படி? என் குடும்ப சூழல் எல்லாமே.
எனக்கும் அவன பத்தி நல்லாத் தெரியும்.
எனக்கு புதுசா நண்பர்கள் வந்தப்பறம்
நான் அவன் கூட அதிக நேரம் இருக்கறதில்லை.
நானும் அதைப்பற்றி யோசிக்கவும் இல்லை.
நான் படிப்புல கவனம் செலுத்தாம வெளிய நண்பர்கள் கூட
இருக்கறதுல முக்கியத்துவம் தர ஆரம்பிச்சேன்...

சக்தி இது சரியில்லன்னு என்ன கண்டிக்க
ஆரம்பிச்சான்.எனக்கு அது பிடிக்கவே இல்ல.
அதுல இருந்து அவன் கூட பேசறத மொத்தமா
விட்டுட்டேன்.ஆனால் சக்தி அப்படி விட்றல
என்னை அதை அன்றைக்கு புரிய வெச்சான்.
எங்களுக்கு பருவ தேர்வு நடந்துச்சு.
எல்லோரும் தேர்வு எழுதிட்டு இருந்தாங்க.
நானும்...என் பக்கத்தில ஒரு பொண்ணு
துண்டு சீட்ட பார்த்து எழுதிட்டு இருந்திருக்காங்க...
நான் அதை கவனிக்கல கண்காணிப்பாளர் வரப்ப
அந்த சீட்டை என் காலுக்கு பக்கத்தில போட்டுடா.
அவரு நான் தான் பார்த்து எழுதியிருக்கேன்னு
என்னை ரொம்ப கடுமையா திட்டிட்டு இருந்தாரு
அந்த சமயத்தில சக்திதான் வந்து அந்த பொண்ணோட
சீட்டு அதுன்னு சொல்லிக் காப்பாத்துனா.
நான் அந்த நிமிசத்தில ரொம்ப வெட்கப்பட்டேன்.
பிறகு சக்தியை கட்டி அணைச்சு
கண்ணீர் மழ்க மன்னிப்பு கேட்டேன்.
அவன் ஒன்னே ஒன்னுதான் சொன்னான்
"நட்புங்கறது பேசி பழகுனாதா வந்து உதவும்னு இல்ல.
உனக்கு எப்ப தேவையோ அப்ப நான் வருவேன்".
அப்புறம் நான் என்னை திருத்திக்கிட்டேன்.
அப்புறம் திரும்பவும் சக்தி கூட பழைய படி பழக
ஆரம்பிச்சிட்டேன். வாழ்க்கைல நாம நட்பை
எப்பவும் பிரிச்சு பாக்கணும்னு இல்ல...
ஏன்னா நட்பு நம்மல எப்பவும் பிரிச்சுப்பாக்காது...
அப்புறம் சொல்ல மறந்திட்டேன் நான் தேவா...

-DHARINI P

நானும் அவனும்

இன்று கல்லூரியின் முதல் நாள்.
"அவள் பெயர் ரியா"
பெரிய கனவுகளுடன், ஒரு சிறிய பெண்.
அவள் எப்பொழுதும் தன் தோழிகளுடன்
கல்லூரிக்கு சென்று வருவாள். கல்லூரியில்
அ, ஆ, இ என மூன்று பிரிவுகள் இருந்தன.
அதில், அவளது தோழிகளை அ மற்றும் ஆ
பிரிவிலும் இவளை தனியாக இ பிரிவிலும்
வருகை வாரியாக பிரித்துள்ளனர்.
இவளுக்கோ சற்று நெஞ்சம் பதைபதைத்தது.
ஏனென்றால், அந்த வகுப்பில் அனைத்தும்
புது முகங்களாக இருந்தன.
அங்கு இருந்தவர்களில் மூன்று பெண்கள் தன்னுடன்
பள்ளியில் படித்தவர்கள். இருப்பினும், அவளுக்கு
அவர்கள் நெருங்கிய நண்பர்கள் இல்லை,
யாரை நம்புவது என்று தெரியாமல் சோகத்தில்
ஆழ்ந்தால். வீட்டிற்கு வந்த பின்பு தன்
பாட்டியிடம் சொல்லி கண்ணீர் மல்க அழுதால்.
நாளடைவில் அந்த வகுப்பில் உள்ளவர்களிடம் அவள்
பழகி விட்டால். "ஷாஹித்யை முதன் முதலாக பார்த்தது,
அவளது விழிகள்". அப்பொழுதில் இருந்து அவனுக்கு
தெரியாமல் ரியா அவனை பார்ப்பதுண்டு,
இப்படியே நாட்கள் சென்றன.
கல்லூரியில் சேர்ந்த ஆறு மாதத்தில்

கொரோனாவின் தாக்கத்தால் பள்ளி,
கல்லூரிகள் அனைத்தும் மூடிவிட்டனர்.
லாக்டவுனில் ரியாவும், ஷாஹித்தும்
நல்ல நண்பர்கள் ஆனார்கள்.
ரியா முதல் முறை அவனிடம் உரையாடும்
பொழுது அவளது இதயம் துடித்த துடிப்பு
வார்த்தைகளால் வர்ணிக்க இயலாது.
ஷாஹித்திடம் உரையாடும் பொழுதெல்லாம்
அவளை அறியாமல் ஏதோ ஒரு ஈர்ப்பு.
ரியா சற்று பயந்தால் எங்கு தன்னை அறியாமல்
ஷாஹித்தயை காதலித்து விடுவோமோ என்று.
ரியாவின் வீட்டில் காதலை
ஏற்றுக் கொள்ள மாட்டார்கள். அதனால்,
அவளது ஆசையை யாரிடமும் சொல்லாமல்
மனத்திற்குள் வைத்து மறைத்து விட்டால்.
இன்றும் மதம், இனம் வேறுபாடுகள் நம் வீட்டிலும்,
நாட்டிலும் இருந்து கொண்டு தான் இருக்கிறது.
"நாம் காக்க வேண்டியது ஜாதியயோ, இனத்தையோ,
மதத்தையோ அல்ல மனிதத்தை.
"ஜாதியும் தெரியாது எங்களுக்குள், மதம்
என்ற வேறுபாடும் கிடையாது
" ஜாதியை ஒழிப்போம்,
வேறுபாட்டினை தவிர்ப்போம்;
மனிதத்தை காப்போம்...!

- Pooja Govindharajan

என் பயணம்

நான் பள்ளியில் படிக்கும் போதெல்லாம்
எப்பொழுது கல்லூரிக்குச் செல்வோம்
என்ற ஆவல் மிகுதியாக இருந்தது. படி படி;
நல்ல மதிப்பெண்கள் வேண்டும் என்று அடிக்கடி
அறிவுரை சொல்லும் ஆசிரியர்கள் இனி இல்லை.
ஒன்றாம் வகுப்பு முதல் பன்னிரண்டாம்
வகுப்பு வரை என்னுடன் அரட்டையடித்த
நண்பர்கள் இனி இல்லை. இனிமேல்
எல்லாம் புதிய வாழ்க்கை தான்
என்ற எண்ணத்துடன் கல்லூரியில்
எனது பாதச்சுவடுகளை பதித்தேன்;
உடல் சிலிர்த்தது. காலம் எப்படி விரைவாக
கடக்கும் என்பது யாருக்கும் தெரியாது.
அதுபோலத்தான் எங்கள் கல்லூரி நாட்களும்
ஓவ்வொரு நாட்களாக குறைந்து வந்தது.
இடையிடையே எங்கள் கல்லூரி பேராசிரியர்களுடன்
பாட்டு பாடி, நடனமாடி சிரித்து வந்த இன்பமான
நாட்களும், திட்டு வாங்கிய நாட்களும்,
நண்பர்களுடன் எத்துணை பாசப்போராட்டங்கள்,
சண்டைகள், கலாட்டக்கள் அப்பப்பா! எவ்வளவு
சிறுபிள்ளை தனமான செயல்கள் செய்தோம்;
கல்லூரியைக் கட்டடித்து ஊர் சுற்றியது,
பலவகை உணவுகளை ரசித்து ருசித்து சாப்பிட்டது

என்று சொல்லிக்கொண்டே போகலாம்...
கல்லூரிக் கல்வியின் கடைசி நாட்கள்
நெருங்க நெருங்க எங்களுக்குள் இருந்த
அறியாமை விலகி எதிர்காலத்தைப் பற்றிய
எண்ணங்களும்,கவலைகளும் எங்கள் மனதில்
துள்ளி எழ ஆரம்பித்தன.
இறுதியில் அந்த கடினமான நாளும் வந்தது.
இளையவர்கள் எங்களுக்கு பிரிவு
உபசரிப்பு விழா தர பேராசிரியர்கள்
நல் ஆலோசனைகளுடன், நண்பர்கள் அனைவரும்,
நாம் மீண்டும் ஒவ்வொரு வருடமும் இதே நாளில்
இக்கல்லூரியில் சந்திப்போம் என்று சபதமேற்று
பிரியாவிடைபெற்றோம் கண்ணீர் மழையுடன்!
மீண்டும் பத்து வருடங்களுக்குப் பிறகு
நண்பர்கள் அனைவரும் சந்தித்தோம்.
ஆனால் நான் மட்டும் அக்கல்லூரியின்
முன்னாள் மாணவனாக வரவில்லை.
ஏனோ தெரியவில்லை !இக்கல்லூரி
எனது முதல் காதல் ஆகிவிட்டது. பிரிய மனமில்லாமல்
நான் அக்கல்லூரியின் பேராசிரியர் ஆகிவிட்டேன்.
மற்றவர்களுக்கு அந்த கல்லூரி நாட்கள் முடிந்து விட்டது.
ஆனால், எனக்கு *அந்த கல்லூரி நாட்கள்
தொடர்ந்து கொண்டே தான்* இருக்கின்றன....
*அந்த கல்லூரி நாட்கள் தொடரும்.....

- யுவஸ்ரீ சின்னராஜ்

www.ingramcontent.com/pod-product-compliance
Lightning Source LLC
Chambersburg PA
CBHW021804130726
47987CB00008B/3006